லாபக்காய்

சிறுகதைகள்

கணராமபுத்திரன்

LAABAKKAI (in Tamil)

GNARAMAPUTHIRAN

First Published: December, 2018 | Second Print: August, 2023

Published by

BHARATHI PUTHAKALAYAM

7, Elango Salai, Teynampet, Chennai - 600 018

Email: bharathiputhakalayam@gmail.com | www.thamizhbooks.com

லாபக்காய்

கணராமபுத்திரன்

முதல் பதிப்பு: டிசம்பர், 2018 | இரண்டாம் அச்சு: ஆகஸ்ட், 2023

வெளியீடு:

7, இளங்கோ சாலை, தேனாம்பேட்டை, சென்னை - 600 018

தொலைபேசி : 044-24332424, 24332924, 24330024

விற்பனை நிலையங்கள்

7, இளங்கோ சாலை, தேனாம்பேட்டை, சென்னை 600 018

அருப்புக்கோட்டை: கதவுஎண் 49 A/4 மெயின் ரோடு, தெற்கு தெரு - 9994173551

ஈரோடு: 39: 39 ஸ்டேட் பாங்க் சாலை - 9245448353

கரூர்: நாரத கானசபா அருகில் (TNGEA OFFICE) - 9442706676

காரைக்குடி : 12, 2 வது தெரு, கம்பன் மணிமண்டபம் பின்புறம் - 9443406150

கும்பகோணம்: 352, ரயில் நிலையம் எதிரில் - 9443995061

குன்னூர்: N.K.N வணிக வளாகம் பெட்போர்ட்

கோவை: 77, மசக்காளிபாளையம் ரோடு, பீளமேடு - 8903707294

சிதம்பரம்: 22A / 18B தேரடி கடைத் தெரு, கீழவீதி அருகில் - 9994399347

செங்கல்பட்டு: 1 D ஜி.எஸ்.டி சாலை - 044 27426964 | சேலம்: 15, வித்யாலயா சாலை

தஞ்சாவூர்: காந்திஜி வணிக வளாகம் காந்திஜி சாலை - 9655542400

திண்டுக்கல்: பேருந்து நிலையம் - 9942331105, 9976053719

திருச்சி: வெண்மணி இல்லம், கரூர் புறவழிச்சாலை - 9994289492

திருநெல்வேலி: நவஜீவன் டிரஸ்ட் வளாகம், 48-B/10, அம்பை ரோடு, வீரமாணிக்கபுரம் - 9442149981

திருப்பூர்: 447, அவினாசி சாலை - 9486105018 | நெய்வேலி: பேருந்து நிலையம் அருகில், - 9443659147

திருவண்ணாமலை: முத்தம்மாள் நகர் | திருவல்லிக்கேணி: 48, தேரடி தெரு - 9444428358

திருவாரூர்: 35, நேதாஜி சாலை - 9442540543 | நாகர்கோவில்: 699 கே.பி.ரோடு R.V.புரம் - 9443450111

பழனி: பேருந்து நிலையம் அருகில் - 7010760693 | விருதுநகர்: 131, கச்சேரி சாலை - 0456 2245300

பாண்டிச்சேரி: கிழக்கு கடற்கரைச்சாலை, இலாசுப்பேட்டை, 9486102777

பெரம்பூர்: 52, கூக்ஸ் ரோடு - 9444373716 | மதுரை: 37A, பெரியார் பேருந்து நிலையம் - 045 22324674

மதுரை: சர்வோதயா மெயின்ரோடு | வேலூர்: பேஸ் III, சத்துவாச்சாரி - 9442553893

வடபழனி: பேருந்து நிலையம் எதிரில் அடையார் ஆனந்தபவன் மாடியில் - 9444476967

நினைத்த நூல்கள்... நினைத்த நேரத்தில்...

thamizhbooks.com Ⓢ 8778073949

ரூ.100/

அச்சு: பிரிண்டெக், சென்னை – 5

உட்பொதிவு

சிறுபருவத்தில் பத்து வயசு வரை தோளில் சுமந்து திரு-
விழாவிற்கும் திரைப்படத்திற்கும் அழைத்துச் சென்ற
அப்பா... 'திருநீர் போட்டு' 'பார்வை பார்த்து' மக்களின் வலிக்கு
மருந்தாய் இதமாகி பெருஞானியான அப்பா.

கள்ளங் கபடமற்ற களிவான மனம் கொண்ட
உள்ளத்திலும் கூட யாருக்கும் தீங்கு செய்யாத அப்பா
வள்ளலாய் வாழ்ந்து மறைந்துவிட்ட அப்பா -

பள்ளம் மேடுகளிலும் என்றும் பதட்டப்படாத அப்பா

வறுமைக் காலங்களில் விறகு வெட்டி விற்றுப்
அருமையாய் ஆறு பிள்ளைகளை வளர்த்துவிட்ட அப்பா...
பருக்கைகளை எனக்கு ஊட்டிவிட்டு
பெருமையாய் சோளக் கஞ்சித் தண்ணியைப் பருகிய அப்பா.

தினம் தினம் பருத்தி எடுத்து ராமைய்யா கடையில் போட்டு
தின் பண்டங்களை இரவிலும் வாங்கிக் குவித்து
அன்பாய் ஊட்டிவிட்ட தித்திப்பான அப்பா
எந்நாளும் என் நெஞ்சில் நிறைந்த பாசமான அப்பா

காலை ஐந்து மணி முதல் இரவு ஏழு மணி வரை
கமலை இறைத்துக் கருத்தாய்த் தண்ணீர் பாய்ச்சி
அலை அலையாய் பாகவதர், எம்சியார் பாடல்களும் பாடி
மலையிலும் குளக்கரையிலும் ராகங்களை விட்டுச் சென்ற அப்பா,

பருத்தி வயலில் ஒரே நாளில் ஒரு சாக்குப் பருத்தி எடுத்த
ஒரு நாளும் ஓய்வறியா உழைப்பான அப்பா
இரவிலும் பருத்தி வயலுக்கு தண்ணீர் பாய்ச்சி
இரவும் பகலும் விவசாயமாய் மாறிவிட்ட அப்பா

தென்னந்தோப்பில் வாய்க்கால் போட, பாத்தி கட்ட,
தண்ணீர் பாய்ச்ச, மடை திறக்கும் வித்தையைக்
கற்றுக் கொடுத்த என் வேளாண்மைக் குருவே - உன்னிடம்
கற்ற கலையை எந்தன் முனைவர் படிப்பிலும் பெற்றதில்லை அப்பா,

கூட்டுக் குடும்பத்தில் நாற்பது வருட உழைப்பைத் தாரை வார்த்து
செக்கடி புதுக்கிணற்றடி, அணையடி, தோப்பில் கூட
எட்டு வைத்து பாகப் பிரிவினையாய் மணற்பகுதி கொடுத்து
மட்டப்படுத்திய தம்பிகளுக்கும் மகாத்மாவான அப்பா

வாழ்வின் கடைசி வரை கடுக்கண் அணிந்துகொண்டு
தாழ்ந்து தாழ்ந்து தம்பிகளிடமும் விட்டுக் கொடுத்து,
வீழ்ந்த போதும் வாழ்வின் முன் வெற்றியாய் எழுந்து
வாழ்வே ஒரு பாடமாய் எனக்கும் விட்டுச் சென்ற அப்பா.

விறால் மீன் கதைகளை விடிய விடிய கூறி
உறக்கத்திலும் கதைகள் சொல்லிய தோழமை அப்பா
இறக்கும் போது கூட யாருக்கும் தொல்லை தராத அப்பா
மறக்க முடியா அப்பா மா.சோ.இராமசாமி

அவர்களின் நினைவலைகளுக்கு...

அணிந்துரை...

தோழர் கணராம புத்திரனின் இந்த முதல் தொகுப்புக்கான 22 கதைகளையும் வாசித்தேன். அவர் மிகுந்த சமூக அக்கறையுள்ள மனிதர் என்பது இக்கதைகளில் வெளிப்பட்டுள்ளது. கதைகள் எழுதுவதில் அளவற்ற ஆர்வம் கொண்டவராக இருக்கிறார். செம்மலர், வணக்கம் சிவகாசி, பாக்யா, தயா, நமது உரத்த சிந்தனை, புதிய ஆசிரியன் சிகரம் போன்ற இதழ்களில் இக்கதைகள் வெளியாகியுள்ளன.

விவசாயம் சார்ந்த பணியில் இருக்கும் இவருடைய கதைகளில் இயல்பாகவே ஏழை எளிய விவசாயிகளின் பாடுகள் பெரிய இடத்தைப் பிடிக்கின்றன. கரும்பு விவசாயிகள் கரும்பு ஆபீஸ் எனப்படும் அலுவலகங்களுக்கு நடந்து நடந்தே தேய்கிற வாழ்க்கையை கதைகளில் பதிவு செய்துள்ளார். ஒரு அரசு வேலைக்காகவும் ஒரு கார் டிரைவராக உத்தியோகம் பெறவும் லஞ்சம் கொடுத்துவிட்டு மீண்டும் அதே கடுமையான உடல் உழைப்பையும் ஐவுளிக்கடை பகுதிநேர வேலையையும் வீட்டில் பாத்திரம் துலக்கும் வெலையையும் கைவிட முடியாத துயர வாழ்க்கையை இரண்டு கதைகளில் பேசியிருக்கிறார். ஒரு பருத்தி விவசாயியின் வாழ்க்கையை வெள்ளைத்தங்கம் கதை சொல்கிறது. காசுக்காக ஜன்னல் ஓர சீட்டை விட்டுத்தர மறுக்கும் குழந்தை மனதை கன்னிப்பயணம் கதை பேசுகிறது. இளநீர் விவசாயத்தில் லாபக்காய் எடுக்கும் வியாபாரக்குணத்தை விமர்சிக்கிறது இன்னொரு கதை.

ஓய்வுக்காலத்தை பெருநகரில் கழிக்காமல் கிராமத்திற்கு வந்து அர்த்தமுள்ள விவசாய வாழ்வில் ஈடுபடும் மனிதரை குழந்தை இல்லம் கதை அடையாளம் காட்டுகிறது. இயற்கை என்னும் கதை பன்னாட்டுக் குளிர்பானங்களுக்கு எதிராகக் குரல் எழுப்புகிறது. கூடுதல் கணிணிகள் வாங்குவதை விடக் கல்லூரிக்குக் குடிநீர் அவசியம் என முடிவெடுக்கும் நல்ல முதல்வரைப்பற்றி முதல் வேலை பேசுகிறது. வாங்கும் சம்பளத்துக்குள் வாழ்க்கை நடத்த

விரும்பும் இளைஞனின் கதையோடு தனியார் கல்லூரி ஆசிரியர் வாழ்வுத்துயரையும் சேர்த்தே பேசுகிறது பொங்கல் பரிசு கதை. தகப்பனைத்திருத்த குடிப்பதுபோல நடிக்கும் மகனின் பொறுப்புணர்ச்சியை நடிப்பு கதை பேசுகிறது. சொத்தைக் காய்கறிகளைப் பொறுக்கி வாழும் நிலைக்குத் தள்ளப்பட்ட பெண்களின் வாழ்வை போட்டிக்குப் போட்டி பேசுகிறது. கல்யாணச்சந்தையை விமர்சிக்கிறது சந்தைகள் பலவிதம்.

வங்கியில் கடன் வாங்க அல்லாடும் மக்கள் தாலியை அடகு வைத்து மகனைப் படிக்க வைக்கலாம் என முடிவெடுக்கும் நிலைக்குத் தள்ளப்படுவதை தாலிக்கடன் கதை பேசுகிறது. கிராமத்தில் சாதியைச் சந்திக்கும் சிறுவனின் மனதை பிஞ்சுமனம் பேசுகிறது.

இங்கு வந்து வாழும் இலங்கைத்தமிழ் மக்களின் அவலத்தின் ஒரு பக்கத்தை கல்வி ஒளி திறந்து காட்டுகிறது.

இப்படி எல்லாக்கதைகளுமே ஏதேனும் ஒரு சமூகப்பிரச்னையை பொறுப்போடு எடுத்துப் பேசுகிறது. அதை நான் பாராட்டுகிறேன். அதே சமயம் பொறுப்புணர்ச்சியே கலைக்கு இடையூறாகவும் வந்து சேரும் என்பதையும் சொல்ல வேண்டும். எல்லாம் இருந்தாலும் கலை ஆவது எளிதல்ல. அதற்கு கதை மட்டும் சொன்னால் போதாது. இன்னும் ஆழ்ந்த மன உணர்வுகளுக்குள் பயணிக்கும் வித்தையைக் கற்றுத்தேற வேண்டும். கதாபாத்திரமாகவே மாறி மனம் உருகிக் கண்ணீர் விட வேண்டும் எழுத்தாளன். அப்போதுதான் கலையின் வாசல் திறக்கும். சமூக அக்கறை மட்டும் போதவே போதாது. இதுபற்றியெல்லாம் அவரோடு நிறைய பேச வேண்டும்.

பொன்னை விரும்பும் இப்பூமியிலே கதை எழுத ஆசைப்பட்டாரே அதற்காக அவரை வாழ்த்துகிறேன்.

சிவகாசி

22.07. 2018

அன்புடன்

ச.தமிழ்ச்செல்வன்

என்னுரை...

காலமே கடவுள்

17.7.2018

நாம் தற்போது நவீன அவசர உலகில் வாழ்ந்து வருகிறோம். குடும்பத்தில் கடமைகள், அலுவலகத்தில் பணிகள், சமூ கத்தில் படைப்புத் தளத்தில் தொடர்ந்து வேலைகளையும் ஒருங்கே செய்து வரும் நாம் அன்றாட வாழ்வில் பல்வேறு சவால்களைச் சந்தித்து வருகிறோம். தற்காலத்தில் நம் தொன்மையான பாரம்பரியங்கள், பண்பாடு, பழக்கவழக்கங்கள், மனிதத்துவம் போ ன்ற அடிப்படை விழுமியங்கள் சிறிது தளர்ச்சியடைந்ததுபோல தோற்றம்.

"ஓராண்டு முன்னேற்றத்திற்கு பயிர்களை வளருங்கள்

பத்தாண்டு முன்னேற்றத்திற்கு மரங்களை வளருங்கள்

நூறாண்டு முன்னேற்றத்திற்கு மனிதர்களை வளருங்கள்"

என்பது சீனப் பழமொழி. மனிதகுல முன்னேற்றத்திற்கு மூ லதாரமான நம் எண்ணங்கள் செம்மைப்பட விழைகிறேன்.

ஒவ்வொரு தனிமனித வாழ்விலும் ஆயிரமாயிரம் நிகழ்வுகள் (கதைகள்) நடந்தேறியிருக்கும். எனது வாழ்வில் ஏற்பட்ட பலநிகழ்வுகளின் வெளிப்பாடே இந்த கன்னி முயற்சியாகிய சிறுகதைத் தொகுப்பு. இவை வெறும் வார்த்தைகள் மட்டுமல்ல; அனுபவப்பூக்களால் தொடுத்த வாழ்க்கை மாலைகளாகக் கருதுகிறேன்.

சுமார் இருபத்தைந்து ஆண்டுகளுக்கு முன்பு கல்லூரிக் காலங்களில் என் மன உணர்வுகளை உந்துதல் அடையச் செய்த எழுத்துச்சித்தர் அமரர் பாலகுமாரன் அவர்களை நினைவுகூர்கிறேன்.

எனது கதைகளை மேம்படுத்த ஆலோசனைகள் வழங்கி ஆக்கப்படுத்திய சாகித்ய அகாடமி விருதாளர் தெய்வத்திரு மேல ன்மை பொன்னுச்சாமி அவர்களுக்கு காத்திரமான நன்றிகள். "போட்டிக்குப் போட்டி" கதையைப் படித்து, இப்படியும் வாழ்க்கை நடத்தும் எளிய மக்கள் இருக்கிறார்களா என வியந்து கேட்டு பல விருதுகளுக்கு மேலாக என்னை மகிழ்வித்து உற்சாகப் படுத்திய இலக்கிய முன்னத்தி ஏர் உஷாதீபன் அவர்களுக்கு நன்றிகள் பல.

சீரிய முறையில் அணிந்துரை நல்கி மேலும் இலக்கிய நயப்படுத்த ஆலோசனைகள் வழங்கி ஊக்கப்படுத்திய தமுஎகச கௌரவத் தலைவர் திரு. சதமிழ்ச்செல்வன் அவர்களுக்கும், நேர்த்தியான முறையில் வடிவமைத்து மெருகேற்றிய செந்தழல் பதிப்பக இலக்கியவாதி திரு சோழ. நாகராசன் அவர்களுக்கும் பாரதி புத்தகாலயத்திற்கும் பதிப்பகத்தார்க்கும் கோடானுகோடி வணக்கங்கள்.

2006ல் 'நடிப்பு' என்ற முதல் சிறுகதையை பிரசுரம் செய்த உரத்த சிந்தனை இதழுக்கு இதயம் கனிந்த நன்றியை உரித்தாக்குகிறேன். 2008ஆம் வருடத்தில் 'பிஞ்சு மனசு' கதையைப் பிரசுரித்து எனது கதைப்படுத்தும் திறனை விரிவடையச் செய்த இலக்கியத் தாய் செம்மலருக்கு செழுமையான செவ்வணக்கங்கள். மேலும் பாக்யா, புதிய ஆசிரியன், சிகரம், தயா, வணக்கம் சிவகாசி போன்ற இதழ்களுக்கும் மனமார்ந்த நன்றிகள்.

சிங்காரவேலர் நூலகத்தில் இணைத்துவிட்ட தமிழ் ஆசான் தெய்வத்திரு நதிருமலை, செம்மலர் ஆசிரியர் தி.வரதராசன், தமுஎகச தோழர்கள் குறிப்பாக மதுரை அரசரடி கிளை நல்லதம்பி, நெளசாத், புதியவன், ராசபாளையக் கிளை நந்தன் மற்றும் பலருக்கும் மகத்தான நன்றிகள். நண்பர்கள் ரவீந்திரநாதன், பிரபாகரன், மாரீஸ்வரன் உள்ளிட்டோருக்கும், என் முனைவர் படிப்புக்கு உரிய காலத்தில் பொருளாதார உதவி வழங்கிய அக்கா மகன் சிவபாலராசன் உள்ளிட்ட உறவுகளுக்கும் நன்றிகள் பல.

எனது எழுத்துகளையும் அன்புத் தொல்லைகளாகத் தாங்கிக் கொண்ட மனைவி கவிதா, துடிப்பான செல்ல மகள் துளசிபிருந்தாவுக்கும் பாசப்பரவச நன்றிகள்.

இக்கதைகளை வாசித்து நிறைகுறைகளை என்னிடமும் பகிர்ந்து என்னை மெருகேற்ற வாய்ப்புத் தாருங்கள். கட்டுரைத்தனமில்லாது, கதைகளை நகர்த்தி இலக்கிய நயத்துடன் படைப்புகளை உருவாக்க உதவி செய்யுங்கள்.

எல்லாவற்றிற்கும் மேலாக எழுத்தும் எழுதுகோலையும் தெய்வமாகக் கருதி, கட்டிய மனைவியையும் தெய்வமாக மதித்து, மனிதர்கள் யாவும் ஒருநிகர் சமானமாக வாழ கனவு கண்ட மகாகவி பாரதியாரை வணங்கி மகிழ்கிறேன். வருங்காலத்திலாவது சாதி. மத, இன, பொருளாதார. சமூக, உழைப்பு இடைவெளிகள் குறைந்து பாரதியின் கனவு மெய்ப்பட விழைகிறேன்.

தோழமையுடன்

கணராமபுத்திரன்

(முனைவர் இரா.வீரபுத்திரன்)

கைபேசி: 9003520822, 9003520912

veeraagri@yahoo.co.in

கரும்பு

வைரவன் அந்த அலுவலகத்திற்கு எட்டாவது முறையாக வந்திருக்கிறார். கஜினி முகமது அந்தக் காலத்தில் 17 முறை படையெடுத்து இந்தியச் செல்வங களை அள்ளிச் சென்றது வரலாறு. ஆனால் இன்றோ தனது வாழ்வுரிமைக்காக நாற்பது கிலோ மீட்டர் தூரத்திலிருக்கும் ஒரு சிறிய கிராமத்திலிருந்து கரும்பு அலுவலகத்திற்கு பெரும் பாடுபட்டு வந்துள்ளார். மணி மதியம் பன்னிரெண்டை நெருங்கிவிட்டது.

அந்த வட்டார கரும்பு அலுவலகத்தில் பல அலுவலர்களும் அவருக்குப் பரிச்சயமாகிவிட்டனர். ஆனாலும் காரியம் முடிந்தபாடில்லை.

"தம்பி... நல்லாயிருக்கீங்களா?" கணினிமுன் அமர்ந்துள்ள அலுவலரை நலம் விசாரித்துவிட்டு,

"கரும்பு ஆபீசர் இருக்காரா?" என பவ்யமாகக் கேட்டார் வைரவன்.

"சி.ஓ. சார் (கரும்பு அலுவலர்) மில்லுக்கு மீட்டிங்னு போயிருக்கார். வர நாலு மணி ஆகலாம்" என்றார் அந்த அலுவலர்.

"காலை பதினோரு மணிக்கு வரச்சொன்னார். கண்டிப்பா தர்றதா சொன்னாரு"

"அவர் ஆபீசுக்கு வந்ததும் பத்து மணிக்கு முன்னாடியே மில்லுக்குக் கிளம்பிப் போயிட்டார்"

கடந்த சில மாதங்களைப் போல இன்றைக்கும் வைரவனுக்கு ஏமாற்றம் தான்.

'இன்னைக்கு எப்படியும் வாங்கிறணும். மாசக்கணக்குல லேட்டாகுது' மனதிற்குள் சொல்லிக் கொண்டார்.

அடுத்த அதிகாரி ஒருவரை அணுகி மெதுவாக,

"சார்! இன்னைக்கு கட்டிங் ஆர்டர் கிடைக்குமா சார்?"

அவரும், "இருங்க... கம்ப்யுட்டரைப் பார்த்துச் சொல்றேன்" என்றார்.

கணினியில் வைரவனின் முழு விவரங்கள் கட்டம் கட்டமாகத் தெளிவாகத் தெரிந்தன. அவரது விலாசம், வயலின் பரப்பு, சர்வே எண், நடவு தேதி, உர மிட்டது, உர அளவு மற்றும் கடன் விவரங்கள் அனைத்தும் பதிவு செய்யப் பட்டிருந்தன.

"இன்னும் ரெடியாகல. சி.ஒ. வந்தாத்தான் தெரியும்" என்று மழுப்பலாகப் பதிலளித்தார் அதிகாரி. இதுபோல் எத்தனையோ சமாளிப்புகளை சந்தித்திருக்கிறார் வைரவன்.

"சார், கரும்பு நட்டு பதினஞ்சி மாசம் முடிஞ்சி போச்சி. கரும்பு விளைஞ்ச பதினோரு மாசத்தில கிடைக்க வேண்டிய கட்டிங் ஆர்டர் இன்னமும் கிடைக்கல".

"சி.ஒ. சார்தான் இதுக்குப் பொறுப்பு. அவர் கிட்ட கேட்டுக்கோங்க" என்று பதிலளித்த அந்த அதிகாரியின் வார்த்தைச் சாட்டையின் வலிகள் வைரவனுக்கு வலிக்கவே இல்லை.

பொங்கியெழுந்த கோபத்தையும் அடக்கிக் கொண்டு நிதானமாக,

"சரி சார், சி. ஒ. வந்த பிறகு அவர்கிட்டயே கேட்டுக்கிறேன்".

காத்திருக்கிறார். அந்தக் கரும்பு அலுவலர் இரண்டு வருடங்களுக்கு முன்பு தன்னைத் தேடி வந்து குழைவாக கரும்பு சாகுபடி செய்யவேண்டி சொன்னதை நினைத்தார். சிரிப்புத் தான் வருகிறது.

அப்பொதெல்லாம் வைரவன் கையில் எப்போதும் பணம் இருந்துகொண்டே இருக்கும். நெல், பருத்தி, காய்கறிகள், உளுந்து, நிலக்கடலை என மாற்றி மாற்றிப் பயிரிட்டு கை நிறைய காசு சம்பாதித்த காலம் அது.

கரும்பு அலுவலர் வருவதற்கு முன்பே வயல் அலுவலர் மூன்று மாதமாக வைரவனை கரும்பு சாகுபடி செய்ய வற்புறுத்தியிருந்தார். ஒருநாள் இருவரும் வைரவன் வயலுக்கே வந்துவிட்டனர்.

"அய்யா, உங்ககிட்ட இருக்கிற இரண்டரை ஏக்கர் வயல்ல கரும்பு சாகுபடி செஞ்சா ஒரே வருசத்துல நாலுலட்சம் வரை சம்பாதிக்கலாம்" முதலில் தூண்டில் போட்டார் கரும்பு அலுவலர்.

"சார், விதைக் கரும்பு, உரம், பூச்சி மருந்து, ஆள் கூலி, வெட்டுக்கூலி, லோடு கூலின்னு செலவு போக கொஞ்சம் தான் லாபம்னு பக்கத்து ஊரில் சொல்றாங்க சார்"

வைரவனின் பேச்சை சரியாகவே உள்வாங்காமல் அலட்சியப்படுத்திவிட்டு, "அண்ணே, உங்களைப்போல நல்லா உழைக்கிற விவசாயி கரும்பு சாகுபடி செஞ்சா ஏக்கருக்கு எண்பது டன் வரை எடுக்கலாம். உங்களால் ஏக்கருக்கு நூறு டன்கூட எடுக்க முடியும். மகாராஷ்டிரா மாநிலத்தில் ஒரு விவசாயி ஏக்கருக்கு நூத்திப்பதினாறுடன் விளைய

வைச்சிருக்கார். ஒரு டன்னுக்கு இரண்டாயிரம் ரூபாய்ன்னு பார்த்தா நாலு லட்சத்த தாண்டுது". கரும்பு அலுவலர் வார்த்தைகளை சமயோசிதமாய்ப் பயன்படுத்தி மூலதனமாக்கினார்.

"சார், அடுத்த வருசம் பாப்போம். இந்தத் தடவ தக்காளி, கத்தரி போட்டுக்கிறேன். சுமாரா விலையிருந்தாலே போதும். என் மூத்த மக கல்யாணத்தை முடிச்சிரலாம்". வைரவன் தனது தேவைக் கடமையை எடுத்துக் கூறினார்.

"என்னய்யா, நீங்க, ஒரே வருசத்துல மொத்தமா நாலஞ்சி லட்சம் கிடைக்கப் போகுது. உங்க பொண்ணு கல்யாணத்தை ஜாம் ஜாம்னு நடத்தலாம். தேடி வர்ற சீதேவியை வேண்டாமுன்னு சொல்லாதீங்க" - கரும்பு அலுவலர் மீண்டும் தனது மாயாஜால வார்த்தைகளால் வைரவனை மடக்கினார்.

"சார், நீங்க கரும்பு வெட்ட ரொம்ப லேட்டாக்கிறீங்கன்னு பேசிக்கிறாங்க சார்". வைரவன் இழுத்தார்.

கரும்பு அலுவலர் தனது உதவியாளரைக் காட்டி, "இவர் தான் இந்த ஏரியா பீல்டுமேன். உங்க பொண்ணுக்கு கல்யாணம் நிச்சயமாச்சின்னா, தேவைப்பட்டா பன்னண்டு மாசத்தில வெட்ட வேண்டிய கரும்ப பதினோரு மாசத்திலேயே வெட்டுறதுக்கு கட்டிங் ஆர்டர் தர்றேன். அதுக்கு நான் பொறுப்பு. நான்தான் கட்டிங் ஆர்டர் கொடுக்கிறவன். நீங்க ஒண்ணும் கவலப்படாதீங்க. உங்களைப்போல முன்னோடி விவசாயி கரும்பு சாகுபடி செஞ்சா, உங்க பேரச் சொல்லி இந்த ஊரில் இன்னும் நூறு ஏக்கராவது எங்க மில்லுக்கு கரும்பு கிடைக்கும்"

"ஐயா, உங்களுக்கு ஏற்கனவே சொல்லியிருக்கேன். நீங்க இப்ப எந்தப் பணமும் தரவேண்டியதில்லை. விதைக் கரும்பு, உழவு, பார் போடுகிறது, உரம், களைக்கொல்லி, பூச்சி மருந்து எல்லாமே நாங்க தர்றோம். கடைசில கரும்பு வெட்டுன பிறகு கழிச்சிக்கிட்டு மீதிப்பணத்த உடனே வாங்கிக் கிடுங்க" வயல்வெளி அலுவலரும் கரும்பு அலுவலருக்கு இணையாக தன் 'கடமை' யைச் செய்தார்.

இறுதியில் வைரவனின் மனசு மா(ற்)றி அடுத்த இரண்டு மாதத்தில் கரும்பு நடப்பட்டுவிட்டது. அவரது இரண்டரை ஏக்கர் நஞ்சை முழுவதும் கரும்பு தான்.

விதைக் கரும்பும், உரமும் கரும்பாலை கொடுத்தாலும் கொண்டு வரக் கூலி, கரணையாக வெட்ட, வயலில் இட, நடவு செய்ய என ஆரம்பத்திலேயே பணம் அதிகமாகத்தான் செலவானது விவசாய வேலைக்கு வேலையாட்கள் சரியாகக் கிடைக்காத தற்போதைய

சூழ்நிலையில் புதிதாகக் கரும்பு சாகுபடி செய்யும் வைரவனுக்கும் இதே பிரச்சனை தான்.

"முதலாளி, இப்பெல்லாம் நல்லா வேல செய்யுறவுகளும் கம்மா வேலைக்கி போயிடுறாக. காந்தி பேர்ல ஊரக வேலைவாய்ப்புத் திட்டம்னு... அதனால நம்ம வேலைக்கி ஆள் கிடைக்கலய்யா" கொத்தச்சியின் பேச்சும் வைரவனுக்கு சரியென்றே பட்டது.

நட்ட பிறகு அட்ரசின் என்ற களைக் கொல்லி தெளிக்க, மண் அணைக்க, தோகை உரிக்க என பணம் செலவாகிக்கொண்டே இருந்தது. ஆனால் வருமானம் இல்லை. மூத்த மகளின் திருமணத் திற்காக சிறுகச்சிறுகச் சேர்த்த பணமும் கரைந்து கொண்டே சென்றது.

இதைவிடக் கொடுமை என்னவென்றால் கரும்பு நட்ட பின்னர் வைரவனுக்கு வேலை குறைந்துவிட்டது. நட்டு மூன்று மாதம் கழித்து தண்ணீர் பாய்ச்சும் வேலைதான் முக்கியமாக இருந்தது. அதுவும், மானியத்தில் கிடைத்த சொட்டுநீர்ப் பாசனத்தால் மிகவும் எளிதாகி விட்டது. முன்பெல்லாம் பருத்தி, காய்கறிகளுக்கு கோடையில் களைவெட்ட, மருந்து அடிக்க, தண்ணீர் பாய்ச்ச, பருத்தி எடுக்க காய்கறிகள் பறிக்க, பறித்தவற்றை சைக்கிளில் ஏற்றி கடையில் விற்பனை செய்ய என எப்போதும் சுறுசுறுப்பாக இருந்த வைரவனுக்கு கரும்பு சாகுபடி அலுப்புத் தட்டிவிட்டது. சோம்பேறியாக உணர்ந்தான். கையில் காசு புரள்வதும் அறவே நின்றுவிட்டது. இதைச் சமாளிக்க அவ்வப் போது கூலி வேலைக்குச் செல்லும் நிலைமைக்கும் தள்ளப்பட்டார்.

கண்ணும் கருத்துமாகத் தவமாய்த் தவமிருந்து கரும்பைக் கவனித்து வளர்த்தார். நேர்த்தியாகவும் திறமையாகவும் சாகுபடி செய்தார். அதன் வெளிப்பாடாக அவரது உழைப்பிற்கேற்ப கரும்பும் வாளிப்பாக வளர்ந்தது.

தனது மூத்த மகளுக்கும் வரன்கள் வரத் தொடங்கின. திருமணம் முடியும் தருவாயில் இருந்தது. கரும்பும் பதினோரு மாதத்திலேயே நன்றாக விளைந்து நல்ல விளைச்சலுக்குத் தயாராக இருந்தது.

இத்தருணத்தில் தான் கரும்பு அறுவடை செய்ய பலமுறை கரும்பு அலுவலரை அணுகினார் வைரவன். நான்கு மாதங்களாக இழுத்தடிப்பு தான்.

நினைவுகளிலிருந்து மீண்டு வந்தாலும் மனைவியின் பேச்சு ஞாபகத்திற்கு வந்து சுனாமியாய்த் தாக்கியது.

"கரும்பு நட்டு பதினைஞ்சி மாசமாச்சி, காலா காலத்தில வெட்டியிருந்தா கிடைக்கிற பணத்துல பொண்ணு கல்யாணத்தை முடிச்சிருக்கலாம். நான் சொல்லியும் கேட்காம கரும்பு போட்டுட்டு இருக்கிற பணத்தையும் செலவழிச்சிட்டு இப்ப பேந்தப் பேந்த முழிக்கிறதப் பாரு. நேக்குப் போக்குத் தெரியாத மனுசனைக் கட்டிக்கிட்டு ஒரு நகையுண்டா, நட்டு உண்டா…"

கரும்பு வெட்டப்பட்டுவிட்டது. மொத்தம் 180 டன்கள். இந்த வட்டாரத்திலேயே வைரவனுக்குத் தான் அதிக விளைச்சலாம்.

"சரியான நேரத்தில வெட்டியிருந்தா இன்னும் முப்பது டன் கூடக் கிடச்சிருக்கும் சார்". வைரவனின் அலைபேசிப் பேச்சுக்கு கரும்பு அலுவலரால் பதில் பேச இயலவில்லை.

"வைரவா, உன் கரும்பு வெட்ட லேட் பண்றதால எடை குறையிறது, மட்டுமல்லாம, மில்லு முதலாளிக்குத்தான் மறைமுகமா ரொம்ப லாபம்". விவசாய சங்கத் தலைவர் சொன்னபோது,

"எப்படியண்ணே…?" அப்பாவியாய்க் கேட்டார் வைரவன்.

"வழக்கமா கரும்புல இருக்கிற சர்க்கரைச் சத்தை 'பிரிக்ஸ் மதிப்பு' மூலமாகத்தான் நிர்ணயிப்பாங்க. இது சுமார். பத்து இருந்தாலே லாபம். கரும்பு வெட்ட லேட் பண்ணுனா தண்ணிச் சத்து குறஞ்சி சக்கரைச் சத்து கூடும். இந்த எக்ஸ்ட்ரா சக்கரைச் சத்து முழுக்க சர்க்கரை ஆலை முதலாளிக்கு லாபம் தான்".

தனது கரும்பின் பிரிக்ஸ் மதிப்பு 10.7 என அறிந்து கொண்டார் வைரவன். இந்தத் தகவலை சங்கத் தலைவரிடம் கூறினார்.

"உன்னோட கரும்பிலிருந்து மொத்தமா சுமார் இருபது டன் சீனி தயாரிக்கிறாங்க. இதில் பத்து சதவீதம் அதிக சக்கரைச் சத்துன்னு கணக்குப் பாத்தா, சுமார் 2000 கிலோ சீனி சக்கரைமில்லுக்கு எக்ஸ்ட்ரா லாபம். ஒரு கிலோ சீனி என்ன விலைன்னு உனக்குத் தெரியும். அப்ப, மொத்தமா எவ்வளவு பணம் சுரண்டுறாங்கன்னு நீயே கணக்குப் பாத்துக்கோ. உங்ககிட்ட இருந்தே இவ்வளவுன்னா உன்னப்போல நூத்துக்கணக்கான விவசாயிகிட்டயிருந்து எவ்வளவு பணம் கொள்ளையடிக்கிறாங்கன்னு புரிஞ்சுக்கோ".

வைரவனுக்கு இப்போது தான் கரும்பு முதலாளிகளின் சூட்சுமம் புரிந்தது. முன்பு கரும்பு எடை போடும்போது கழிவு என்ற விதத்தில் மொத்த எடையில் ஆறு சதவீதம் குறைக்கப் பட்டிருந்தது. ஏற்கனவே வெட்டுக்கூலி, போக்குவரத்துக் கூலி என டன்னுக்கு சுமார் 700 ரூபாய் வரை இழந்து சக்கையாகப் பிழியப்பட்ட வைரவனுக்கு இது

மேலும் பேரிடியாக இருந்தது.

கடைசியில் கரும்பு விலையில் விதைக்கரும்பு, உரம் இன்னும் பிற செலவுகளைக் கழித்துவிட்டு வைரவனின் கைக்குக் கிடைத்ததோ வெறும் ஐம்பதாயிரம் ரூபாய் மட்டுமே. கேட்டதற்கு சொட்டுநீர்ப் பாசன மானியத்தில் சுமார் எழுபத்தி ஐந்தாயிரம் பிடிக்கப்பட்டுள்ளது. முக்கால்வாசி மானியம் என்று கூறிவிட்டு 75 ஆயிரம் ரூபாய் பிடுங்கப்பட்டது தனி வரலாறு.

பதினைந்து மாத உழைப்புக்குக் கிடைத்த 50 ஆயிரம் ரூபாய்க்குத் தன் மகளின் கல்யாணத்திற்கு வைத்திருந்த பணத்திலிருந்து செலவு செய்தது ரூபாய் நாற்பதாயிரம். வைரவனுக்கு ஒன்றும் புரிய வில்லை. கவலையோடு வயலுக்குச் சென்றான்.

கரும்புக்கு விலை டன்னுக்கு ரெண்டாயிரமாம். தானா முளைச்சி வர்ற மரத்த வெட்டி விக்குற விறகுக்கு இதவிட அதிக விலை. வைரவ- னுக்கு இந்த வணிகத் தந்திரமும் சுரண்டலும் விளங்க வில்லை.

காய்ந்த சருகுகளுக்குத் தீ வைத்தார். கொடுமைகளை உள்வாங்கும் நல்லவை போல அது கருகிச் சாம்பலானது, வைரவனின் மனசும் கசந்து கருகிவிட்டது. வைரவன் கரும்பு சாகுபடியை நிறுத்தி விட்ட இந்நேரத்தில்,

"மில்லுல அரவைக்கு தினமும் கரும்பு பற்றாக்குறையாக உள்ளது. விவசாயிகளை தொடர்ந்து ஐந்து வருடங்களாவது கரும்பு சாகுபடி செய்வதைத் தக்க வைத்துக் கொள்ள வேண்டும்" என்று சர்க்கரை ஆலை நிர்வாக இயக்குநர் ஒரு கூட்டத்தில் உரையாற்றிக் கொண்டிருந்தார்.

மறைமுகத் தேர்வு

இராஜபாண்டிக்கு இருப்புக் கொள்ள இயலவில்லை. குட்டிபோட்ட பூனைபோல அங்குமிங்கும் சுற்றினான். என்ன செய்வதென்றே தெரியவில்லை. வீட்டிற்கும் விரைந்து சென்றான். ஏமாந்து திரும்பினான். அவன் எதிர்பார்த்த தபால் வரவில்லை.

அறுத்துப்போட்ட கீரையாய்ச் சுருங்கினான். தண்ணீரில்லா தக்காளியாய்த் துவண்டான். படபடப்பானான். பரபரப்பு முகத்தில் அப்பட்ட மாய்த் தெரிந்தது. அலுவலகம் சென்றான்.

"சார், எனக்கு தபால் வந்துச்சா சார்?"

"இல்லியே பாண்டி"

"மத்தவங்களுக்கெல்லாம் இன்டர்வியூ லெட்டர் வந்திருக்கு. எனக்கு மட்டும் வரல சார்."

விசாரிப்புகள் தொடர்ந்தன. வாகனப் பொறுப்பாளரான பொறியாளரை அணுகினான்.

"நீங்க அஞ்சி பேரும் ஒரே நாளில் தான் அனுப்புனீங்க. உனக்கு மட்டும் வரலன்னா அதிசயமா இருக்கு. ஆபீசில கேட்டுப் பாத்தியா?"

"வரலியாம் சார். வீட்டலயும் பாத்திட்டேன். இல்ல சார்." பரிதாபத்தோடு கூறினான்.

"இந்த கவர்மென்ட் இருக்கும் போதுதான் ரெக்ரூட்மென்ட் நடக்கும். அடுத்த வருசம் ஒரு வேளை ஆட்சி மாறிட்டா இதப்பத்தி பேசவே முடியாது. இதுதான் சார் கடைசி சான்ஸ். என் வாழ்க்கையே இதிலதான் அடங்கியிருக்கு."

"ஒண்ணும் கவலப்படாத. எல்லாம் நல்ல படியா நடக்கும். போஸ்ட் ஆபீசில போய்க் கேட்டுப் பாரேன்." உதித்த யோசனையை கூறினார்.

தபால் அலுவலகமும் சென்று வந்தான். மீண்டும் ஏமாற்றம்.

துறைத்தலைவரிடமும், கல்லூரி முதல்வரிடமும் சென்று முறையிட்டான். கெஞ்சினான்.

"சார், நான்தான் முதல்ல அப்ளிகேசன் கொடுத்தேன். நம்ம டிபார்ட்மென்ட்லிருந்து அனுப்புனவங்க கூடத்தான் என் அப்ளிகேசனும் போயிருக்கு. அவுங்களுக்கு இன்டர்வியூ கார்டு வந்திட்டு. எனக்கு வரல சார். ரெஜிஸ்டர் ஆபீசில போன் பண்ணி உதவி செய்யுங்க சார்"

"நீயே நேரடியாய் போயி பாத்துக்கோ" இருவரும் பல்கலைக்கழகப் பதிவாளரின் நெருங்கிய நண்பர்களாயிருந்தும் கைவிரித்தனர். நழுவி விட்டனர். இவர்களுக்காக இரவு பகல் பாராது, தூக்கம் கெட்டு வருடக்கணக்காக ஓட்டுநராகப் பயணித்திருக்கிறான். அவர்களின் சொகுசுக்கும் வசதிக்கும் தனது ஓட்டுநர் உழைப்பை உண்மையாக அர்ப்பணித்திருக்கிறான்.

மனைவி சரண்யா ஒரு யோசனை தெரிவித்தாள்.

"தமிழ்ச்செல்வி மேடம்கிட்ட கேட்டுப் பாருங்க. நமக்கு எத்தனையோ உதவி பண்ணியிருக்காங்க. அவுங்க பி.எச்டி. படிக்கும்போது ரெஜிஸ்ட்ரோட ஸ்டுடண்ட்"

"நீயே ஆபீஸ் டைப்பிஸ்ட் வேல முடிஞ்சதும் சாய்ந்தரம் அவுங்க வீட்ல துணி துவைக்கிற, பாத்திரம் கழுவுற, பிள்ளைகளைக் கவனிக்கிற வேல செய்யிற. அவுங்ககிட்டப் போய் எப்படிக் கேக்கிறது..." மருகினான் ராஜபாண்டி.

"மனுசங்கள்ல நல்லவங்களும் இருக்காங்க. நம்ம கஷ்டப்படும் போது மனுசங்க தானே கடவுள் ரூபத்தில் வந்து உதவுறாங்க. போன வருசம் சின்னவனுக்கு நடுராத்திரியில குளிர்காய்ச்சல் வந்தப்ப, அவுங்க தானே இரண்டாயிரம் ரூபாய் கொடுத்து உதவி செஞ்சாங்க."

சோர்வுற்றிருந்தவனை வலுக்கட்டாயமாக அழைத்துச் சென்றாள். இருவரும் தமிழ்ச் செல்வி முன் பய்யமாக நின்றனர்.

"வாங்க சரண்யா. உட்காருங்க. நீங்களும் உட்காருங்க". தான் தினக்கூலி டைப்பிஸ்ட்டாக இருந்தும் தன்னை அமரச் சொன்ன விரிவுரையாளர் தமிழ்ச்செல்வியின் பெருந்தன்மையின் முன் கூசினர்.

"டிரைவர் வேலைக்கு இன்டர்வியூ வந்திருக்கு. இவருக்கு இன்டர்வியூ கார்டு வரவேயில்ல மேடம். ரெஜிஸ்டர் ஆபீஸ்ல கேட்டுப் பாருங்களேன் மேடம்".

தமிழ்ச்செல்வி உடனடியாக காரியத்தில் இறங்கினாள். பதிவாளரைத் தொலைபேசியில் தொடர்பு கொண்டாள். விவரம் தெரிவித்தாள்.

பதிவாளர் தனது அலுவலகத்தில் நேரடியாகத் தானே கோப்புகளைப்

பார்த்தார். நேர்முகத் தேர்வுக்கு அழைக்கப்பட்டவர்களில் ராஜபாண்டியன் பெயர் இல்லையென்ற அதிர்ச்சித்தகவலைக்கூறினார். மேலும், ராஜபாண்டியின் விண்ணப்பம்தாமதமாகவந்ததால்நிராகரிக்கப்பட்டுவிட்டதாகவும்கூறினான்.

ராஜபாண்டி நிலைகுலைந்தான். செய்தியை ஜீரணிக்க முடியவில்லை. சரண்யாவும் வாழ்க்கையே முடிந்துவிட்டதாகப் புலம்ப ஆரம்பித்தாள்.

"ஏற்கனவே ஆறு தடவ இன்டர்வியூக்குப் போயிருக்கேன் மேடம். ஒரு லட்சம் இரண்டு லட்சம்னு கொடுக்காததால கிடைக்கல. மொத்தம் இருபது வருசம் தினக்கூலி லேபராவே வேலை. அதிலயும் பதினஞ்சி வருசம் தினக்கூலி டிரைவரா இப்ப வரை வேல பாத்துக்கிட்டிருக்கேன் மேடம். இந்த பெர்மனென்ட் டிரைவர் வேல கிடைச்சா வாழ்க்கையை கடனில்லாம ஓட்டிருவேன் மேடம். இவளும் உங்க வீட்ல லீவு நாள்லயும், மற்ற நாள்ல சாய்ந்தரமும் சம்பளத்துக்காக பாத்திரம் கழுவுற வேலய விட்ரலாம் மேடம்" ராஜபாண்டியின் கெஞ்சலுக்கு தமிழ்ச்செல்வி செவி சாய்த்தாள்.

"நாளைக்கி சென்னை போங்க. ரெஜிஸ் டிரார் கிட்ட நேரடியாப் பேசுங்க. நிலைமையைச் சொல்லுங்க. நானும் போனில அவர்கிட்ட பேசுறேன். ஏதாவது வழி பிறக்கும்" ஆறுதல் வார்த்தைகளால் சற்று நிம்மதியானார்கள் ராஜபாண்டியும் சரண்யாவும்.

தமிழ்நாட்டின் புகழ்பெற்ற பல்கலைக்கழகத்திற்குட்பட்ட ஒரு அரசுக் கல்லூரியிலிருந்து ஓட்டுநர் பதவிக்கு முதன்முதலில் விண்ணப்பம் பூர்த்தி செய்து உயரதிகாரி, துறைத்தலைவர், முதல்வர் என உரிய வழிமுறையாகச் ஒரு விண்ணப்பம் சமர்ப்பித்தான் ராஜபாண்டி. அதை அலுவலகத்தில் கிடப்பில் போட்டனர். பத்து நாள் கழித்து மற்றவர்களின் விண்ணப்பங்களுடன் சேர்த்து சென்னைக்கு அனுப்பினர்.

விரைவுத் தபாலில் அனுப்பிய இவன் விண்ணப்பம் மட்டும் நாலாவது நாளில்தான் பல்கலைக் கழக பதிவாளர் அலுவலகத்தில் சேர்ந்தது.

திருச்சியிலிருந்து கிளம்பும்முன் தபால் அலுவலகத்தை அணுகினான். அது அங்கிருந்தே ஒருநாள் தாமதமாகத்தான் அனுப்பப்பட்டிருந்தது. அதற்கான பதிவு எண்ணையும் தேதியையும் குறித்துக் கொண்டான்.

சென்னை புறப்பட்டுவிட்டான். மறுநாள் மணிக்கணக்கில் காத்திருந்து பதிவாளரையும் துணைவேந்தரையும் பார்த்தான். அவர்களுக்கும் பல நாட்கள் ஓட்டுநராக இருந்ததாலும் தமிழ்ச்செல்வி யின் தொலைபேசித் தகவலாலும் இவன் விசயமறிந்தான்.

"தபால் லேட்டுக்கு ஒண்ணும் செய்ய முடியாதுப்பா. பாக்கலாம்" என்று பொதுவாகக் கூறிவிட்டனர். வெம்பி வதங்கிவிட்டான்.

தலைமைத் தபால் அலுவலகத்திலிருந்து பல்கலைக்கழக கிளைத் தபால் அலுவலகம் மூலம் பதிவாளர் அலுவலகத்திற்கு விண்ணப்பம் வந்துசேர இரண்டு நாள் ஆகிவிட்டிருந்தது. விரைவுத் தபால் சேவை இவன் வாழ்வில் எதிர்மறை விதியாய் நடனமாடி நர்த்தனம் புரிந்தது.

திருச்சி திரும்பிவிட்டான். சரண்யாவுடன் தமிழ்ச்செல்வியைச் சந்தித்தான். நடந்ததைக் கூறினான்.

"வர்ற திங்கக்கிழம இன்டர்வியூ மேடம். காலைல எட்டு மணிக்கே இன்டர்வியூவாம். சனி, ஞாயிறு ரெண்டு நாள் தான் இருக்கு. என்னால போக முடியாது. என் வாழ்க்கையே முடிஞ்சிடுச்சி" இயலாமையால் புலம்பினான். புழுங்கினான்.

"இன்னைக்கும் ரிஜிஸ்டிரார்கிட்ட பேசுறேன். நீங்க தைரியமாப் போங்க" எல்லாம் முடிந்துவிட்ட போதும் நம்பிக்கை கூறினாள் தமிழ்ச்செல்வி. அன்றிரவே பதிவாளரிடம் அரைமணி நேரமாய் ராஜபாண்டி விசயம் பற்றி பேசினாள். அவனது ஏழ்மை நிலை, சத்தியமான உழைப்பு, திறமை, இருபது வருட தினக்கூலி அனுபவம் பற்றி விளக்கினாள். கல்லூரி அலுவலக மற்றும் அஞ்சலகத் தாமதத்தின் நிஜத்தைப் புரிய வைத்தாள்.

ராஜபாண்டியும் சரண்யாவும் சோகத்தின் உச்சிக்கே சென்று விட்டனர். சாப்பிட முடியவில்லை. சரியான தூக்கமில்லை. திங்கள்கிழமை காலை 8 மணி சென்னையில் பல்கலைக்கழக வளாகம். நேர்முகத் தேர்வு தொடங்கியிருந்தது. பல்வேறு கல்லூரிகளிலிருந்து எண்பதுக்கும் மேற்பட் டோர் குவிந்திருந்தனர்.

'மூணே மூணு டிரைவர் போஸ்ட்டுக்கு இவ்வளவு கூட்டமா? எவன்எவன் பணம் கொடுத்திருக்கானோ? யாருக்குத்தான் கிடைக்கப்போகுதோ?' வந்திருந்தவர்கள் மனதுக்குள் முனங்கினர்.

வரிசையாக பெயர்கள் வாசிக்கப்பட்டன. எட்டாவதாக ராஜபாண்டியின் பெயரும் அழைக்கப்பட்டது. உடனே தகவல் அலைபேசி மூலம் தெரிவிக்கப்பட்டது.

ராஜபாண்டியும் சரண்யாவும் மீண்டும் தமிழ்ச்செல்வியின் முன்னால்.

"நானே எதிர்பார்க்கல. ரொம்ப சந்தோசம். எல்லாம் அவன் செயல். உடனே கிளம்புங்க. இந்தாங்க சாவி. என் காரிலே போங்க" கேட்குமுன்பே கொடுத்து வள்ளலாய்ப் பிரகாசித்தாள். திருப்புமுனை

ஏற்படுத்தித் தந்த தமிழ்ச்செல்வியைத் தெய்வமாய் மனதில் தொழுதாள். கைகூப்பி விடைபெற்றாள் சரண்யா.

புறவழிச்சாலையில் மூன்றரை மணிநேரத்தில் சீறிப்பாய்ந்து சென்னையை அடைந்தான். சரண்யாவும் உடன் சென்றாள்.

'இவருக்கும் நாப்பது வயசுக்கும் மேல ஆகிடுச்சி. இந்த வேல கிடைக்கணும். மூத்த மகள் வயதுக்கு வந்துவிட்டாள். இளைய வனை மெட்ரிக்குலேசன்ல சேக்கணும். நல்லாப் படிக்க வச்சி இஞ்ஜினியராக்கணும்' - காரில் செல்லும்போது சரண்யாவின் மனசு அக்கினிச் சிறகுகளாய், கனவுகளாய் விரிந்தது.

நேர்முகத் தேர்வு ஏதோ கடமைக்கென முடிந்தது.

"ஒரு வாரத்தில லிஸ்ட் வந்திருமாம். பணம் புகுந்து விளையாடுது" - பெரும்பாலானோர் பேசிக் கொண்டனர். ராஜபாண்டி மீண்டும் கலக்கமானான்.

சொல்லி வைத்தாற்போல் ஏழாவது நாளில் பணிக்குத் தேர்வானவர்கள் பட்டியல் வெளியிடப்பட்டது. புதிருக்கே புதிராய் இருந்தது. மூவரில் ராஜபாண்டியும் ஒருவன். மற்ற இருவரும் அடிப் படைத்தகுதியான பத்தாண்டு அனுபவமில்லாதவர்கள். அவர்கள் தலைமையிடமான சென்னையில் பல்கலைக்கழகத்தில் தற்காலிகப் பணியில் சேர்ந்து இரண்டே வருடங்கள்தான் ஆகியிருந்தன. நேர்முகத் தேர்வில் பங்கேற்றவர்களில் வயது, தகுதி, அனுபவங்களில் மூத்தவன் ராஜபாண்டிதான். முதன்மையானவனும் அவனே. அதனால்தான்,

"நல்லதுக்கும் காலமிருக்கு. ராஜ பாண்டிக்கு மட்டுமாவது மெரிட்ல வேல கிடைச்சிருக்கு. இத்தனை வருசம் கஷ்டப்பட்டு உழச்சதுக்கு விடிவு காலம் பிறந்திருக்கு" கல்லூரியில் இதுபோன்ற பேச்சுக்கள் ஆங்காங்கே காற்றில் கலந்து உருத் தெரியாமல் மறைந்து போயின.

ராஜபாண்டியும் சரண்யாவும் தமிழ்ச்செல்வியின் வீட்டிற்கே வந்துவிட்டனர். கையிலுள்ள தட்டில் சாக்லேட்டும் லட்டுகளும். நன்றிப் பெருக்கில் வார்த்தைகள் எழவில்லை.

"எங்க வாழ்க்கையில ஒளி ஏத்திட்டீங்க மேடம். ரொம்ப நன்றி மேடம். உங்களுக்குத் தான் முதல்ல ஸ்வீட்..." சரண்யா வார்த்தைகளைத் தேடித் தேடி பொறுக்கியெடுத்து விசுவாசம் காட்டினாள். கண்களிலிருந்து கண்ணீர்த் துளிகள் இரண்டு வெளிவந்து விட்டன.

"இதுக்கெல்லாம் அழக்கூடாது. ராஜபாண்டிக்கு பெர்மனன்ட் வேல கிடைச்சிருக்கு. இன்னும் நாலஞ்சி வருசத்தில உனக்கும் வேலை கிடைக்கும். இனிமே டைப்பிஸ்ட் வேல மட்டும் தான் பாக்கணும். சாயந்தரம் எங்க வீட்டுல பாத்திரம் கழுவ, துணி துவைக்கிற வேலைக்கு வர வேண்டாம், வேற யாராவது இருந்தா சொல்லி விடு"

"நானே தொடர்ந்து வர்றேன் மேடம். நிலைம அப்படியிருக்கு"

"என்ன சரண்யா, புதிர் போடுற…"

"ஆமா மேடம்…" -சரண்யா சொல்லச் சொல்ல தமிழ்ச்செல்விக்குத் திகைப்பாக இருந்தது.

"நாங்களும் பணம் கொடுத்துத்தான் இந்த வேலையை வாங்கினோம் மேடம். கெமிஸ்டிரி புரபசர் சார் மூலமா மேலிடத்துக்கு மூணு லட்சம் கொடுத்தோம். வேலை கிடச்சதே பெரிசு. வெளியில ஏகப்பட்ட கடன் மேடம். உங்க வீட்டில வேலை செஞ்சி சம்பளத்துல கொஞ்சம் கொஞ்சமா வட்டியைக் கட்டலாம் மேடம்"

ராஜபாண்டியயும் உள்ளுக்குள் சோகத்தை மறைத்து வெளியில் மகிழ்ச்சியின் வெளிப்பாடு கலந்த நிலையில் காணப்பட்டான்.

"எத்தனதான் திறமை, தகுதி, அனுபவம் இருந்தாலும் எனக்கும் மறைமுகமாகத்தான் வேல கிடைச்சிருக்கு மேடம். இந்த விசயத்த மத்தவங்ககிட்ட சொல்ல வேணாம் மேடம். அவுங்க எனக்கு மெரிட்லதான கிடைச்சதுன்னு நினைச்சிக்கிட்டிருக்காங்க. நீங்க எங்களுக்கு எவ்வளவோ உதவி செஞ்சிருக்கீங்க மேடம். இந்த நிலைமையில வார்த்த வரல மேடம்… ரொம்ப நன்றி மேடம்…" -ராஜ பாண்டியயும் நெகிழ்ந்தான்.

லஞ்சம் எனும் கொடுமையால் ராஜபாண்டியின் குடும்பம் பட்ட துன்பங்களைக் கேட்கக் கேட்க தமிழ்ச்செல்விக்கு மயக்கம் வருவது போலிருந்தது.

தாலிக் கடன்

மேகலிங்கத்தை விட தேவிதான் கோபத்தின் உச்சிக்கே சென்றுவிட்டாள். பத்திரகாளியாய் வெடித்தாள். கத்தரி வெயிலின் தகிப்பாய்க் கொதித்தாள். ரௌத்ரத்தின் வெம்மை முகத்தில் பரிணமித்தது. பட்டாசு வார்த்தைகள் வெடித்துச்சிதறின.

"என்னங்க, எத்தன நாள்தான் வேலையை விட்டுட்டுப் போறது? அந்த மேனேசர் மனசில என்னதான் நினைச்சிட்டிருக்கார். நம்மளப் பாத்தா இளப்பமாத் தெரியுதா? இன்னைக்கு நானும் வரேன். அந்த ஆள உண்டு இல்லன்னு நாலு கேள்வி உறைக்கிற மாதிரி கேட்டாத் தான் அறிவு வரும்"

"இதுவரக்கி நாலுநாள் வேல போச்சி. இன்னைக்குக் கண்டிப்பாத் தர்றேன்னு சொல்லியிருக்கார். பார்ப்போம்." கானல் நீர் நம்பிக்கையில் மேகலிங்கமும் மனைவியைச் சாந்தப்படுத்தினான்.

"இன்னைக்கு மட்டும் தரலேன்னா..."-தேவிக்குப் பேச்சே எழவில்லை.

"அப்பா, பேங்க்ல லோன் வாங்கிறதுக்கு ஏற்கனவே மூணு நாள் லீவு போட்டுட்டேன். இன்னைக்கும் கூப்பிடுறீங்க. பிரின்சிபல் சந்தேகப்படுகிறார். லோன் விசயமா பேங்குக்குத்தான் வந்தேன்னு மேனேஜர்கிட்ட எழுதி வாங்கிட்டு வரணுமாம். அப்பத்தான் நாளைக்கி காலேஜ்ல பெர்மிட் பண்ணுவாராம்" தனது ஆரம்பகாலக் கல்லூரி வாழ்க்கையின் நெருக்கடியில் தத்தளித்தான் மூத்த மகனும்.

"சொன்னாலும் கேக்காம கூலிக்காயா இருபது தேங்கா, அஞ்சாறு கிலோ கருப்பட்டி, தேன் பாட்டில் ரெண்டு கொடுத்தீக. இன்னைக்கு வேற ரெண்டு கிலோ தேன் கேட்டார்னு எடுத்து வச்சிட்டீக. கணக்குப் பாத்தா இதுவே ஆயிரக்கணக்கில வருது. இதுக்கு மேல அவர் என்ன எதிர்பாக்கிறார்னு தெரியலயே" தேவியும் அங்கலாய்த்தாள்.

"கவர்மென்ட் காலேஜில புரபசரா இருக்கிற மாமாவே செக்யூரிட்டி கையெழுத்து போட்டுட்டார். நம்மகிட்ட இருக்கிற அரை ஏக்கர் வயலோட ஒரிஜினல் பத்திரத்தையும் கொடுத்துட்டாங்க. இன்னும் என்ன வேணுமாம் அவருக்கு. அப்பா, நீங்க யார்கிட்டேயும் இதுவர கடனே வாங்கினதில்ல."

"படிப்புக்குத்தானே? நல்ல விசயத்துக்குக் கடன் வாங்குனா தப்பில்ல. இன்னைக்குத் தந்திருவார்." மகனையும் ஆறுதல்படுத்தினார் மேகலிங்கம்.

"என்னத்த தருவார். 62,000 ரூபா பீஸ்கூட்ட 40,000ந்தான் தருவார்னு சொல்றீங்க. அதுக்கே ரெண்டு மாசமா அலையிறீங்க. கடவுள்தான் கண்ணு திறக்கணும்" தேவி கடவுளை நம்பினாள்.

மூவரும் வங்கிக்குக் கிளம்பினார். சைக்கிளின் முன்புறம் மகனையும் பின்னே மனைவியையும் ஏற்றிக் கொண்டார். 'உன்னி உன்னி' அழுத்தி மிதித்தார். மேகலிங்கத்தின் வாழ்க்கைச் சக்கரம் போல் சைக்கிளின் சக்கரமும் மெதுவாகத்தான் உருண்டது.

"ஏங்க, வேகமாய் போங்க. மத்தியானம் பண்ணைக்குப் போயி பயினி காய்ச்சணும். நீங்களும் பன சீவணும்ல" அவசரப்படுத்தினாள் தேவி.

தேவிக்கு பதனீர் காய்ச்சும் வருசத்தில நான்கு மாதம் ஓய்வு சிறிதுகூட இருக்காது. எப்போதும் ஒரே நச்சரிப்பு வேலை. நெருப்பின் தகிப்பு அனலாய்க் கொதிக்கும். வேளாண்மைக் குடும்பத்தில் பிறந்து விவசாயக் குணத்தில் வளர்ந்த தேவிக்கு புதிதாய்ப் பனையேறிப் பண்டும் கருப்பட்டியாகத் தித்தித்தது. அதன் நெளிவு சுளிவுகளை, பக்குவத்தை புதிதாய்க் கரம்பிடித்த வாழ்க்கைத் தோழனிடம் கற்றது பேரானாந்தம்.

அதுவும் மேகலிங்கம் மாதிரி பாசக் கனிவான, அதேநேரம் உழைப்பே வெறியாகக் கொண்ட கணவனிடம் பதனீர் காய்ச்சும் பாடம் கற்றது அலாதியான அனுபவம்.

அதிகாலை நான்கு மணிக்கே எழுந்து விடுவான். மேகலிங்கம். பழைய சோற்று நீச்சித் தண்ணீரை செம்பு நிறைய குடிப்பான். ஐந்து மணிக்குள் வயலுக்குச் சென்று முதல் பனையைத் தொட்டு விடுவான். ஒரு நிமிடம் குலதெய்வத்தை வணங்கிவிட்டு பனையேறி பதனீர் இறக்குவான். முப்பத்தைந்து வருடப் பழக்கம்.

தேவியும் எட்டு மணிக்குள் வயலுக்கு வந்து விடுவாள். மேகலிங்கம் முட்டியில் (மண்பானை) இறக்கிய பதனீரை பண்ணை (குடிசை)யில் சேர்ப்பாள். பெரிய அண்டாவில் ஊற்றி விறகுபற்ற வைப்பாள். பனை ஓலைகள், மட்டைகள், பாளைகள் என கட்டுக்கட்டாக விறகுகளை உள்வாங்கி எரியும் நெருப்பு. அதன் வெப்பத்தின் தகிப்பில் வியர்வைத் துளி சொட்டும்.

பதனீர் சூடேறிச் சூடேறி அடர்த்தியாகும். நிறம் மாறும். பாகுவாய்க் குழையும். விளக்கெண்ணெய் அல்லது இடித்த ஆமணக்கு விதைத் துகள்களை நேரம் பார்த்து விட்டுக் கிளறிக் கொண்டேயிருப்பாள்.

பனையேறுவதை விட்டுவிட்டு பாகு குழையும் பக்குவத்தை நேர்த்தியாய் சொல்லிக் கொடுப்பான். பாகு கிளறும் வாக்கில் தேவியையும் கிளறுவான். அவன் குறும்பையும் ரசித்து நெகிழ்ச்சியில் திளைப்பாள்.

பண்ணையின் ஈசான மூலையில் மணல் பரப்பி யிருக்கும். அதன்மேல் சுத்தமான பழைய துணி விரிக்கப்படும். நனைத்த சிரட்டைகளை அதில் நேராய் அழுத்தி வைக்கப்படும். பாகு சரியான பருவம் வரும் வரை கிளறிக் கொண்டே இருக்க வேண்டும். லேசாகத் தீயும் எரியும். சூடான பதனிப் பாகுத் துளிகளை தண்ணீரில் விட்டு பதம் பார்க்கப்படும். தேவையான பதம் வந்ததும் சிரட்டையில் ஊற்றப்படும். பாகு இறுகிக் கருப்பட்டியாய்ப் பரிணமிக்கும். இந்த வித்தையை, சூட்சுமத்தை பாசம் கலந்து பக்குவமாய்க் கற்றுத் தேர்ந்தாள் தேவி.

பனையேறும் காலங்களில் மேகலிங்கத்திற்கும் அவ்வப்போது நோவு வந்துவிடும். ஒரு நாளில் காலை, மாலை என இரண்டு வேளை பனை ஏறி இறங்க வேண்டும். பாளைகளை இடுக்கி, நுணுக்க மாய்ச் சீவி, முட்டியில் சுண்ணாம்பு தடவி பதனீர் இறக்குவதற்குள் உடம்பு காந்தும். வலி விண் விண்னென்று தெறிக்கும். மதியம் அரைமணி நேரமாவது தூங்கினால் தான் களைப்பு தீரும். வயிற்று வலி, வயிற்றுக் கடுப்பு, வயிற்றுழைச்சல் போன்ற வயிற்று நோய்கள் அழையா விருந்தினர் போல அல்லல் கொடுத்துவிட்டுப் போகும். எல்லாவற்றையும் காரம் குறைத்து, தயிர் மோருடன் தேவியின் பாசமும் குழைந்து பெற்று சமாளிப்பான் மேகலிங்கம்.

பதனீருக்குப் பதிலாக சுண்ணாம்பு சேர்க்காமல் கள் இறக்கினால் லாபம் அதிகம் கிடைக்கும். தேவியும் பதனீர் காய்ச்ச வேண்டியதில்லை. நெருப்பில் வெந்து வியர்வை சிந்த வேண்டியதில்லை. ஆனால் அரசாங்கம் கள் இறக்க அனுமதிப்பதில்லை. கோடி கோடியாய் லாப மீட்டும் முதலாளிகள் மட்டும் உயர்ரக மதுபானங்கள் தயாரிக்க அனுமதி வழங்கும். ஏழைப் பனையேறித் தொழிலாளர்களுக்கு இயற்கையான கள் இறக்கும் அனுமதி கிட்டாததன் ரகசியம் மேகலிங் கத்திற்குத் தெரியாமலில்லை. தமிழகத்தின் மாநில மரமான பனையை மட்டுமே முழுமையாய் நம்பி வாழும் தொழிலாளிகளின் வாழ்க்கை படு பாதாளத்தில்தான்.

இதைவிடக் கொடுமை கருப்பட்டிக்கு இவர்களால் விலை நிர்ணயம் செய்ய முடியாது. நெல், கோதுமை போன்ற விளைபொருட்களுக்கு விலை நிர்ணயிக்கும் அரசு கருப்பட்டிக்கு ஆதாரவிலை நிர்ணயிப்ப தில்லை. கருப்பட்டிக்காக மலைபோல் உழைப்பையும் இஷ்டப்பட்டுச் செய்யும் தொழிலாளிகளுக்கு அதன் விலை வேப்பங்காய்க் கசப்பு.

மேகலிங்கம் தற்போது கடன் வாங்குவது கூட ஆழிப்பேரலையாய் இவர்களை அலைக்கழித்த கருப்பட்டி விலையால் தான்.

"பத்து வருசத்துக்கு முந்தி ஒரு பவுன் நகை நாலாயிரம் ரூபா. இப்ப இருபதாயிரம் ரூபா. இப்ப நூற்றியிருபது ரூபா கொடுத்தாலும் விவசாயத்துக்கு ஆள் கிடைக்கல. ஆனா கருப்பட்டி விலை மட்டும் இருபது ரூபாயிலிருந்து முப்பத் தஞ்சு ரூபான்னுதான் கூடியிருக்கு. இது எனக்குக் கட்டுப்படியாகாது. வடக்க போறேன். நீயும் வாரியா?" என்று கேட்ட- பனையேற்றத்தையே விட்டுவிட்டு ஊரிலிருந்து வெளியேறிய நண்பன் அய்யனாரிடம்,

"இந்த மண்ணையும் மனுசங்களையும் விட்டுட்டு எங்கயும் போறதில்லை" மறுத்து விட்டான் தீர்க்கமாக மேகலிங்கம்.

போன வருசம் முப்பத்தைந்து ரூபாய்க்கு வித்த கருப்பட்டி அதிசயமாய் கிலோ தொண்ணூறு ரூபாய்க்குக் கூடிவிட்டது. பனையேறிகளுக்குமட்ட ற்ற மகிழ்ச்சி. பெரும்பாலானோர் உடனடியாக விற்று காசு பார்த்துக் கொண்டனர். சிலர் விற்கவில்லை. இன்னும் விலை ஏறும் என்று வியாபாரிகள் உறுதியாய்ச் சொன்னதாலும் உடனடியாகத் தேவைப்படாததாலும் மேகலிங்கம் கருப்பட்டியை 'இருப்பு' வைத்தான்.

ஆனால் இப்போது மூத்த பையன் படிப்புக்குப் பணம் தேவைப்படுகிறது. கருப்பட்டியை நம்பியிருக்கிறான் மேகலிங்கம். விற்கப்போகும்போது வியாபாரியின் பேச்சு சுனாமியாய்த் தாக்கியது.

"கிலோ நாப்பது ரூபாய்க்குத்தான் போகுது. அதுவும் உங்க கருப்பட்டி தங்கம் மாதிரி. நல்ல கலரா இருக்குது. அதனால தான் இந்த விலை. ஒரு மாசத்துல பணம் வாங்கிக் கோங்க."

"அண்ணாச்சி, பையனுக்கு காலேஜ் பீஸ் கட்டணும். உடனே கொடுத்தீங்கன்னா உதவியா யிருக்கும்." -ஒரு மாதம்னு சொல்லிவிட்டு மாசக் கணக்குல இழுத்தடிக்கும் வியாபாரியிடம் கெஞ்சினான் மேகலிங்கம்.

"முப்பத்தெட்டுன்னு முடிக்கலாம். உடனே பணம்."

பேசிப்பேசி இறுதியில் முப்பத்தொன்பது ரூபாய் என முடிவு செய்யப்பட்டது.

"அடப்பாவேமே, மோசம் போய்ட்டோமே. கடவுள் நம்மள ஏந்தான் சோதிக்கிறான்னு தெரியலயே…." ஈடு கட்ட முடியாத இழப்பின் வேதனையில் தேவியும் ஒடுங்கிவிட்டாள்.

'போன வருசமே வித்திருந்தா முப்பதாயிரம் கூடக் கிடச்சிருக்கும். பேங்கில லோனும் வாங்க வேண்டியதில்லை' வெளியில் சொல்ல முடியாமல் உள்ளூரப் பொறுமினான் மேகலிங்கம்.

வங்கிக்கு வந்துவிட்டனர். கூட்டம் அதிகமாக இருந்தது. நேரடியாக மேலாளர் அறைக்கு மூவரும் சென்றனர். அங்கு புதிய நபர் ஒருவர் அமர்ந்திருந்தார். இவர்களால் யாரென்று யூகிக்க முடியவில்லை.

"நீங்க மேகலிங்கம் தான? வாங்க. இன்னைக்கு உங்களுக்கு லோன் கிடைச்சிரும். கொஞ்சம் வெயிட் பண்ணுங்க" என்றைக்கும் எரிந்து விழும் மேலாளர் தன்மையாகப் பேசினார். இவர்களுக்கு ஆச்சரியமும் சந்தோசமும் தாங்க முடியல.

வங்கியில் மனிதக் கூட்டம் பரபரத்தது. ஒரு மணி நேரத்திற்கும் மேல் காத்திருந்தனர். எப் போதும் உழைத்துக் கொண்டிருக்கும் இவர் களுக்கு அது ஒரு யுகமாய்த் தெரிந்தது. மேலாளர் அழைத்தார். அந்தப் புதிய நபரைக் காட்டி,

"இவர் எல்ஜசி ஏஜெண்ட், உங்களுக்காகத் தான் இவர வரச் சொல்லியிருக்கேன். பையன் போல ஒரு பாலிசி எடுத்தா உடனே லோன் தந்திர்றேன்."

உள்ளுக்குள் கொதிபதனீராய்க் கொதித்தாலும் வெளிக்காட்டிக் கொள்ளாமல், "எவ்வளவு சார் பணம்?" மெதுவாகக் கேட்டார் மேகலிங்கம்.

"வெறும் பன்னிரண்டாயிரம் மட்டும் தான். மாசம் மாசம் ஆயிரம் ரூபாயாக் கூட கட்டலாம். ரொம்ப கம்மியான பணம் தான்"

"………….."

"பையனுக்கு சேமிப்பு மாதிரியும் ஆச்சு. பிற்காலத்தில் ரொம்ப பிரயோசனமாக இருக்கும். பையன் கையெழுத்து போட்டா போதும். அப்ளி கேசன் நிரப்பியாச்சு."

மேலாளரே எல்ஜசி ஏஜெண்டாகப் பரிணமித்து தூண்டில் போட்டார். எல்ஜசி ஏஜெண்டோ தனது வேலை சுலபமாய் முடிந்துவிடும் நம்பிக்கையில் அமைதியாக இருந்தார்.

"சார்… இதப்பத்தி நீங்க சொல்லவேயில்ல சார்…." பையன் மெதுவாகக் கேட்டான்.

"அதான் இப்ப சொல்றேன்ல. எல்ஐசி எடுத்தா லோன். இல்லன்னா கிடையாது." மேலாளர் வழக்கமான அதிகாரத் தோரணையில் ஆவேசமானார்.

"சார், ஒரு நிமிசம் வெளியே போய், கலந்து பேசிட்டு வர்றோம் சார்.."

மூவரும் வெளியேறினர்.

"ஏங்க மஞ்சத் தாலிக் கயறு ஒன்னு வாங்குங்க. செயினக் கழட்டிட்டு அதில இருக்கிற தாலியை கயத்தில கோர்த்துப் போட்டுக்கிறேன். இந்தப் பேங்குப் பக்கமே வரமாட்டேன். செயின அடகுவச்சி பையனைப் படிக்க வைப்போம். ராசபாளையம் பேங்கில போய் அடகு வைப்போம்"

"சரி..." என்று மேகலிங்கமும் மகனும் ஒருசேர சம்மதித்தனர். உள்ளே சென்றாள்.

"என்ன சார் அநியாயமா இருக்கு. ரேசன் கடையில போனா அவன் சோப்பு, டீத்தூள் வாங்கணும்னு கண்டிப்பா சொல்றான். நீங்க என்னடான்னா லோன் வாங்க எல்ஐசி போடணும்னு கட்டாயப்படுத்துறீங்க. படிக்காதவங்களப் பாத்தா உங்களுக்கு எளப்பமா தெரியுதா. லோனும் வேணாம். ஒண்ணும் வேணாம்" -ஆவேசமாகி வைராக்கியத்துடன் வெளியேறினாள்.

"அக்கா... அக்கா... பன்னிரெண்டாயிரத்துக்குப் பதில் ஒம்பதாயிரம் தந்தாப் போதும்கா" எல்ஐசி ஏஜண்ட் சொன்னபோது அவள் வாசலைக் கடந்துவிட்டாள்.

போட்டிக்குப் போட்டி

குந்தம்மாள் வழக்கமாக அதிகாலையில் விழித்து விட்டாள். அவளைப் பொறுத்தவரை அதிகாலை என்பது நாலரை மணிதான். ஆனால் இன்று சரியாகத் தூங்காததால் களைப்புடன் காணப்பட்டாள். கிடைக்குமோ கிடைக்காதோ என்ற கவலையில்தான் தூக்கம் கெட்டுவிட்டது.

எழுந்ததும் வாய் கொப்பளித்தாள். பழைய சாதத்துடன் இருந்த தண்ணீரைக் குடித்தாள். பழைய துணிப்பைகள் இரண்டை எடுத்துக் கொண்டாள்.

தூங்கிக் கொண்டிருந்த கணவனைத் தட்டி எழுப்பி "சொல்லி விட்டு"ச் சென்றாள். அவரும் தூக்கக் கலக்கத்தில் "கம்ப எடுத்துக்கோ, தண்ணி குடிச்சியா?" வாஞ்சையோடு கேட்டார். கதவைச் சாத்திவிட்டுக் கிளம்பினாள். அந்தக் குடிசை வீட்டில் அதைக் கதவு என்று சொல்வதை விட தட்டி என்பதே சரி. சிறிய மரச்சட்டத்தில் தென்னை மட்டைகளைக் குறுக்காக இணைத்து பழைய சாக்கால் பின்னப்பட்டிருந்தது. அதில் கூட ஆங்காங்கே ஓட்டைகள் தெரிந்தன. அவர்களின் குடிசை வீடு போல.

கம்பை ஊன்றி அவசரமாக நடந்து சென்றாள். அதிகாலை நிலா வெளிச்சம் அவள் மனதுபோல் தெளிவான குளிர்ச்சியை உமிழ்ந்தது. மூன்று கிலோ மீட்டர் தூரம் நடந்து புறவழிச் சாலையை அடைந்தாள். உண்மையில் அது பதினைந்து ஆண்டுகளுக்கு முன்பு போடப்பட்டது. தற்போது அதன் இருபுறமும் மிகப் பெரிய குடியிருப்புகள், நவீன கட்டிடங்கள், உணவகங்கள், திரையரங்குகள், விடுதிகள் வந்துவிட்டன.

அவற்றைக் கடந்து விட்டாள். செல்ல வேண்டிய இடத்திற்கு வந்து விட்டாள். கையைத் தலைக்கு மேல் குவித்து கடவுளை வணங்கிக் கொண்டாள். கண்ணை மூடி சிறிது நேரம் மீண்டும் வணங்கினாள். அங்குமிங்கும் நோட்டமிட்டுத் தேட ஆரம்பித்தாள். அவள் எதிர்பார்த்தது கொஞ்சம் கூட அங்கு இல்லை. அந்த இடமே துடைத்துவிட்டாற் போலிருந்தது. பதறி விட்டாள். கடந்த வாரம்

போல் இன்றும் ஏமாற்றம் தானா? கவலையும் களைப்பும் ஒரு சேர வாட்டி வதைத்தன. கண்ணுக்கெட்டிய தூரம் வரை யாரையும் காணவில்லை.

பிறகு எப்படி இப்படி நடந்திருக்கும். அவளுக்குப் புதிராகவே இருந்தது. கடந்த வாரம் நாலைந்து மாடுகள் இவளுக்கு முன்பே எல்லாவற்றையும் முடித்து விட்டிருந்தன. அதற்காகத் தான் இன்று அரைமணி நேரம் முன்னதாக வந்துவிட்டாள். மாடுகள் வந்ததற்கான அறிகுறியும் இல்லை. ஆதங்கப்பட்டாள்.

வாழ்க்கைத் தோழனாகிய கணவனின் நினைப்பு வந்துவிட்டது. "இந்நேரம் எந்திரிச்சிருப்பாரா? ஒரே தொரத்தல். சீக்கிரம் போயி சுக்காப்பி போட்டுக் கொடுக்கணும்" உள்ளுக்குள் உருகினாள்.

மூக்கன்தான் கந்தம்மாளின் கணவன். மூக்கு குத்தியிருப்பார். குட்டையான தோற்றம். இரண்டு வயதில் குத்திய வெள்ளை மூக்குத்தி. அவரின் நேர்மையைப் போல் தரம் குறையாமல் இன்றும் பளிச்சிடுகிறது. கறுப்பு நிறமான மூக்கனுக்கு மூக்குத்தியும் லேசான வெண்தாடியும் நல்ல அம்சமாகத்தான் இருக்கிறது.

செருப்பு தைப்பதுதான் மூக்கனின் பரம்பரைக் குலத் தொழில். பிள்ளைகள், பேரன்கள், பேத்திகள் அனைவரும் பிரிந்து சென்று விட்டனர். அவர்கள் பிழைப்புக்கே திண்டாட்டமாக இருக்கும் நிலையில், மூக்கனும் கந்தம்மாளும் மகன்களுக்குப் பாரமாக இருக்க விரும்பவில்லை. தொண்ணூறு வயதான பிறகும் வைராக்கியம் குறையாமல் உழைத்து வருகிறார்.

முன்பெல்லாம் மூக்கனின் வருமானம் குடும்பம் நடத்தப் போதுமானதாக இருந்தது. அக்காலத்தில் தோல் செருப்புகள் தான் அதிகப் பயன்பாடாக இருந்தது. அவை அறுந்து விட்டாலோ பிய்ந்து விட்டாலோ மூக்கன் போன்றவர்களைத் தேடி வந்து 'சரி செய்து' கொள்வர்.

நாகரிகம் வளர்ந்தது. மக்கள் மாறிவிட்டனர். தற்போது சிலரே விலையுயர்ந்த காலணிகள் அணிகின்றனர். பிளாஸ்டிக் கலந்த நைலான் போன்ற செருப்புகள் தான் அதிகம் பயன்படுத்துகின்றனர். அறுந்துவிட்டால் அப்படியே தூக்கியெறிந்துவிட்டு புதியது வாங்கிக் கொள்கின்றனர். இதை "யூஸ் அண்டு த்ரோ"ன்னு மக்கள் பேசிக் கொள்வது மூக்கனுக்கும் கந்தம்மாளுக்கும் புரியாது. தேவைப் படும் வரை பயன்படுத்திவிட்டுப் பின்னர் வீசி விடுகின்றனர் மனித உறவுகளைப் போல.

இதனால் மூக்கனுக்கும் தற்காலத்தில் வருமானம் குறைந்துவிட்டது.

வயதாகிவிட்டதால் எல்லா நாட்களிலும் 'வேலைக்குச்' செல்ல முடிவதில்லை. வீட்டிலிருந்து நகரத்தின் மையத்திற்குச் சென்று வரத் தேவைப்படும் பேருந்துக் கட்டணத்திற்குக்கூடக் கூலி கிடைக்காது. அடிக்கடி உடல் நலக்குறைவு வேறு. இந்த 2011ம் வருடத்தில் ஒரு நாளைக்கு 60 ரூபாய் கிடைத்துவிட்டால் மூக்கனை விட கந்தம்மாள்தான் அதிக மகிழ்ச்சியடைவாள். எப்படியோ இவர்கள் வாழ்க்கையும் நகர்ந்து செல்கிறது.

இவர்களது வாடிக்கையாளர்கள் பலரிடம் தற்போது பரந்த மனப்பான்மையும் மனித நேயமும் குறைந்துவிட்டது. மூக்கனைப் போன்ற பரம ஏழைகளிடம் தான் இவர்கள் பேரம் பேசுவது வழக்கம். முன்னூறு ரூபாய்க்குச் செருப்பு வாங்கி விட்டு அதைச் சரி செய்ய இருபது ரூபாய் கொடுக்க முகம் சுளிக்கும் மனிதக் கூட்டம்தான் இங்கு அதிகம்.

மூக்கன் எப்போதும் நேர்மையான கூலிதான் கேட்பார். 'வேலை'யை முடித்துவிட்டு,

"இருபது ரூபா கொடுங்க சாமி" என்று நூற்றாண்டுகளாய்ப் பரிமாணித்து விட்ட சாதிப் பேயால் மனிதனையும் கடவுளாக நினைக்கும் மூக்கனிடம்,

"பத்து ரூபா தான் இருக்கு. சில்லறை இல்ல" என்று சர்வ சாதுர்யமாகக் கூலியைக் குறைக்கும் பல மனிதர்களைக் கண்டிருக்கிறார்கள் மூக்கனும் கந்தம்மாளும்.

நவீன அங்காடிகளில் 499 ரூபாய்க்கு வாங்கினால் மீதி ஒரு ரூபாய்க்கு சாக்லேட்களைத் திணித்துவிடும் பண முதலைகளிடம் இவர்கள் பேரம் பேசுவதில்லை. உழைக்கும் வர்க்கமான மூக்கனுக்கு இது தெரியும்.

கந்தம்மாளுக்கு இதையெல்லாம் நினைத்தால் மனசு தாங்காது. "வந்த வேலையைப் பாப்போம்" என்று அந்தப் புறவழிச் சாலையில் மீண்டும் சிறிது தூரம் நடந்தாள். தேடினாள். கிடைக்கவேயில்லை. அந்த இடம் நடமாடும் காய்கறிச் சந்தை போடப்பட்ட சாலையின் ஒருபுறம்.

மதுரை மாநகரில் நடைபாதை வியாபாரிகள் வாரத்தின் ஏழு நாட்களிலும் ஒவ்வோர் இடத்தில் மாலை நான்கு மணி முதல் இரவு ஒன்பது மணிவரை கூட காய்கறிகள் விற்பனை செய்வர்.

விற்பனை முடிந்த பிறகு அழுகிய ஒதுக்கிய காய்கறிகளை அப்படியே போட்டுவிட்டுச் செல்வர். சில நேரங்களில் மழை

பெய்தாலோ, மின் வெட்டு நேரத்தில் நல்ல காய்கறிகளும்கூட அங்கு கிடப்பதுண்டு. அவற்றைப் பொறுக்கத்தான் கந்தம்மாள் கஷ்டப்பட்டு வந்திருக்கிறாள்.

மூக்கனின் வருமானம் குறைந்துவிட்ட கடந்த பதினைந்து வருடங்களாக இவளுக்கு இதே வேலைதான். ஒவ்வொரு சனிக்கிழமை அதிகாலையிலும் கந்தம்மாள் தவறாமல் வந்துவிடுவாள். காய்கறிகளைப் பொறுக்குவாள். பல சமயங்களில் அவர்கள் குடும்பத்திற்கு ஒரு வாரத்திற்குத் தேவையானது கிடைத்துவிடும்.

கிடைத்தவற்றைச் சுத்தப்படுத்தி, வகைப் படுத்தி, தேவைப்பட்டால் காயவைத்து, வத்தல் போட்டுக் கொள்வாள். அடுத்த பொறுக்கும் நாள் சனிக்கிழமை வரை சரிக்கட்டி விடுவாள். சோறு கிடைக்காத அபூர்வமான சில நாட்களில் இந்தக் காய்கறிகள் அவியலே அவர்களுக்குச் "சாப்பாடு".

காய்கறிகள் விலை சரிந்துவிடும் மாதங்களில் கந்தம்மாளுக்குச் சரியான வேட்டைதான். ஆனால் இவற்றின் விலையேற்றம் கந்தம்மாள் குடும்பத்தைப் பதம் பார்த்து விடும். பத்து ரூபாய்க்கு இரண்டு கிலோ விற்ற தக்காளி, காலம் மாறிவிட்டால் ஒரு கிலோ அறுபது ரூபாய் விற்கும். இந்நாட்களில் அழுகிய தக்காளி கூட அவளுக்கு எட்டாக் கனியாகிவிடும். அழுகிய வெங்காயத்தைக் காணாமலே கண்ணீர் வந்து விடும்.

காய்கறி பொறுக்கும் வேலையில் கந்தம்மாளுக்கு மாடுகளுடன் தான் போட்டி. நகரத்து மாடுகள் கட்டவிழ்த்து விடப்பட்டவை. சுற்றித் திரிபவை. சந்தை முடிந்த பின்னர் இரவோடு இரவாக கிடைத்த காய்கறிகளைத் தின்று விடுவதுண்டு. சில நாட்களில் அதிகாலை ஐந்து மணிக்கு முன்பே எல்லாவற்றையும் முடித்துவிடும்.

கடந்த வாரம் அதிகாலையில் மாடுகள் முந்திக் கொண்டன. கந்தம்மாளுக்கு மிகச் சொற்ப அளவிலேதான் கிடைத்தன. ஆனால் இன்றோ மாடுகளையும் காணோம். காய்கறிகளும் பொறுக்கப் பட்டிருக்கிறது. கந்தம்மாள் ஏமாற்றத்தில் நிலைகுலைந்தாள். வாழ்க்கை சூன்ய மாகத் தோன்றியது. தலை சுற்றியது.

மீண்டும் சிறிது தூரம் நடக்க எத்தனித்தாள். தூரத்தில் ஒரு பெண் சாக்குப் பையுடன் நின்றிருந்தாள். இதுவரை மாடுகளுடன் போட்டி யிட்ட கந்தம்மாளுக்குப் புதிதாய் ஒரு போட்டியாளர் முளைத்திருக் கிறார். அவளருகில் சென்றாள். கந்தம்மாளுக்கு தாங்க முடியாத அதிர்ச்சி. அந்தப் பெண் கந்தம்மாளின் இரண்டாவது மருமகள்தான்.

அவளும் ஆச்சரியத்தில், "அத்த, நீங்களா! நான் இன்னைக்குத் தான் முதமுதல வந்தேன்."

"நான் பதினைஞ்சி வருசமா இதைத்தான் செய்றேன்" கந்தம்மாள் வெறுமையில் பேசினாள். உடனே மருமகள் தான் பொறுக்கிய காய்கறிச் 'செல்வத்தில்' பாதியை மாமியாருக்கு வாஞ்சை யோடு கொடுத்தாள்.

"அடுத்த வாரத்திலிருந்து நீங்களும் மாமாவும் எங்க வீட்டுக்கு வந்திருங்க. நாங்க உங்களுக்குச் சோறு போடுதோம்" பாசத்துடன் வார்த்தைகளைப் பரிமாறினாள்.

இருவர் கண்களிலும் கண்ணீர் பெருக்கெடுத்தது. அது ஆனந்தக் கண்ணீரா அல்லது உழைப்பாளிகள் இரத்தமாய்ச் சிந்தும் இயலாமைக் கண்ணீரா என்பது அவர்களுக்கே தெரியவில்லை.

பிஞ்சு மனசு

அம்மா எல்லா பொருட்களையும் எடுத்து வைத்துவிட்டாள். அப்பாவும் தயாராகிவிட்டார். நானும் மகிழ்ச்சியாக இருந்தேன்.

"ஏங்க ஆட்டோ வந்துட்டுங்க... டி.வி. ஃபேன் எல்லாம் ஆஃப் பண்ணிடுங்க.... கதவ நல்லா பூட்டுங்க" அம்மா பரபரத்தாள்.

"இந்த சென்னையில எப்ப என்ன நடக்கும்னு தெரியல. பயமாயிருக்கு" கவலையோடு முணுமுணுத்தாள்.

அப்பா, இரு சக்கர வாகனத்தைத் தாழ்வாரத்தில் நிறுத்தினார். வீட்டுக்கதவை நன்றாகப் பூட்டிக் கொண்டார். பக்கத்து வீட்டுக்காரரிடம் சொல்லிவிட்டு ஆட்டோவை நோக்கி வந்தார்.

நான் ஏற்கெனவே ஆட்டோவில் ஏறிவிட்டேன். ஆட்டோக்காரர் வழக்கமாக என்னை பள்ளிக்கூடத்திற்கு அழைத்துச் செல்பவர்தான். அவர் என்னிடம் "காந்திராமா இன்னைக்கு குஷியாயிருக்க"

"ஆமா அங்கிள்! எல்லா எக்சாமும் முடிஞ்சிருச்சில, ஐம்பது நாள் லீவு, ஜூன் மூணாந்தேதிதான் ஸ்கூல். அடுத்த வருசம் நான் தேர்டு ஸ்டாண்டர்டு போறேன்."

"இப்ப எந்த ஊருக்குப் போற?"

"எங்க அய்யா ஊருக்கு டிரெயின்ல போறோம். மதுரைக்குப் பக்கத்துல இருக்கு.

"பிறகு எதுக்கு நோட்டும் புத்தகமும் கொண்டு போற?"

"இது டிராயிங் நோட்டு. அய்யா ஊர்ல போய் டிராயிங் வரைவேன். இந்தா பாருங்க அங்கிள். லாரி, ஏரோபிளேன், ஸ்கூட்டர் பொம்ம. அங்க போய் விளையாடுவேன்" சந்தோசத்தில் பேசினேன்.

அப்பாவும் அம்மாவும் ஏறிக்கொள்ள, ஆட்டோ புகைவண்டி நிலையத்தை நோக்கி விரைந்தது.

"சார்! உங்க பையன் பேர் நல்லாயிருக்கு சார்"

"எனக்கு மகாத்மா காந்தி பிடிக்கும். ராமர் எங்க குலதெய்வம். அதனால் ரெண்டையும் சேர்த்து காந்திராமன்னு வச்சோம்". அப்பா ஆட்டோக்காரருக்கு பதிலளித்தார் பெருமையாக.

நான் குறுக்கிட்டேன்.

"அம்மா, அய்யா ஊரில போயி அபாகஸ், ஹிந்தி, டான்ஸ் கிளாஸ் எல்லாம் இருக்காதுல்லம்மா"

"அந்த ஊரில் அதெல்லாம் கிடையாது."

"அப்பாடா நான் தப்பிச்சேன். இனிமே எனக்கு அம்பது நாளும் ஜாலிதான்".

"திரும்பி மெட்ராஸ் வந்த பிறகு இந்த லீவுல அபாகஸ், ஹிந்தி, கிளாஸ்ல சேர்க்கக்கூடாது. சரின்னு சொல்லுப்பா".

"சரிடா"

எனக்கு உண்மையிலேயே மகிழ்ச்சியாயிருந்தது. மனப்பறவை றெக்கை கட்டிப் பறந்தது. சந்தோசத்தில் துள்ளினேன். கிராமத்திற்கு வந்து சேர்ந்தோம். அய்யா என்னை நல்ல விதமாகக் கவனித்து வந்தார். கதைகள் பல கூறினார். நானும் முதலாவது படிக்கும் சித்தப்பா பொண்ணு தீப்தியும் உற்சாகமாகக் கதை கேட்டோம்.

அய்யா வீட்டில் பசுக்கள், கோழிகள், நாய், பூனை எல்லாம் இருந்தன. அவைகளைத் தன்மையாக வளர்த்து வந்தார் அய்யா.

"தீப்தி, இங்கே பாரேன். டாமிக்கு என்னை அடையாளம் தெரிஞ்சிரிச்சு. என்னப் பாத்து வாலாட்டுது பாரேன்".

"ஆமா காந்தியண்ணா, இங்கே நாயும் பூனையும் கூட ஒண்ணா விளையாடுது".

"தீப்தி! இந்த பூனை எங்க! கால உரசுது பாரேன். மடியில வந்து உட்காருது. எனக்கு இத தூக்கி விளையாட ஆசை".

"வாங்கண்ணா, கோழிக்கு அரிசி போடு. நல்லா சாப்பிடும். இங்க பாரேன். இந்த கோழி முட்ட போட்டிருக்கு" நானும் தங்கையும் விளையாடினோம். நான் வரைந்த ஓவியங்களை அவளிடம் காண்பித்தேன். அவள் ஆச்சரியத்தில் வியந்து ரசித்தாள்.

பின்னொரு நாள் வயலுக்குச் சென்றோம். அய்யா எங்களுக்கு நீச்சல் பழகிக் கொடுத்தார். மிதிவண்டி டியூப்பை மூன்றாக மடித்து முதுகில் கட்டிவிட்டார். நானும் தீப்தியும் ஒரு வாரத்திற்குள் நீச்சல் கற்றுக் கொண்டோம்.

அய்யா வயலில் மா, கொய்யா, பப்பாளி மரங்களும் பூச்செடிகள் பலவும் இருந்தன. அய்யா எங்களுக்கு பழங்களும் பூக்களும் பறித்துக் கொடுத்தார். நான் பரவசத்தில் மிதந்தேன்.

விடுமுறை நாட்கள் போவதே தெரியவில்லை. ஒருமுறை தங்கை தீப்தி எனது அதிகமான முடியைப் பார்த்து கேலி செய்தாள். எனவே எனக்கு முடிவெட்ட வேண்டும் என்று தீர்மானித்தேன். இருந்தாலும் எனக்குக் கவலையாயிருந்தது.

அய்யா என்னை முடிவெட்ட அழைத்ததும் எனக்கு அழுகையாக வந்தது. கடந்த முறை சென்னையில் எனக்கு முடிவெட்டும் சம்பவத்தை நினைத்தேன். அன்று எனது அரைநாள் விடுமுறை பறிபோனது ஞாபத்திற்கு வந்தது.

அன்று காலை எட்டரை மணிக்கே முடி திருத்தும் நிலையத்திற்கு வந்தேன். அப்பாவும் என்னுடன் ஒரு மணி நேரமாகக் காத்திருந்தார். நான் மட்டும் என்றால் ஓடி விடுவேனாம்.

கடைக்காரர் அப்பாவைவிடக் குறைந்த வயதுதான். அப்பா அவரை "நீங்க... வாங்க..." என்று மரியாதையாக அழைத்தார்.

"அங்கிள் முடிவெட்டும்போது தலையை ஆட்டக்கூடாது. இல்லன்னா கத்தி பட்டு ரத்தம் வந்திடும்"--அப்பா பயமுறுத்தினார். முடிவெட்டும்போது கடைக்காரரும் அவ்வப்போது அதட்டினார்.

அதை நினைத்துத்தான் முடிவெட்ட வரமாட்டேன்னு அடம்பிடித்தேன்.

அய்யா என்னை அப்படியே கோழிக் குஞ்சைத் தூக்குவது போல் தூக்கி வந்தார். சித்தியும் அம்மாவும் கூடவே வந்தனர். அப்பாவும் என்னை சாந்தப்படுத்த முயன்றார்.

"என்னண்ணே முடிவெட்டுறதுக்கு இவ்வளவு பயப்படுறீங்க" தீப்தி பாப்பா கூட என்னை கேலியாகப் பேசியது. இந்த ஆர்ப்பாட்டம் அரை மணி நேரம் தொடர்ந்தது. முடிவெட்டும் நாவிதர் ஓரத்தில் கால்கடுக்க நின்று கொண்டிருந்தார். அவர் அரை மணி நேரம் முன்னதாக வந்து எனக்கு முடிவெட்டக் காத்துக் கொண்டிருந்தார்.

அய்யாவும் அதட்டல் போடவே நான் சிறிய பலகையில் உட்கார வைக்கப்பட்டேன். தள்ளி நின்ற முடிவெட்டுபவர் அருகில் வந்து முடிவெட்டத் தொடங்கினார்.

"ஏலே தர்மர்... சீக்கிரம் வெட்டு" - சித்தி நாவிதரை விரட்டினாள்.

அப்பாவும், "பார்த்து வெட்டுப்பா தர்மர். பையன் பயந்த சுபாவம். அப்புறம் நாளைக்குக் காலைல வந்திருப்பா. எனக்கு முடிவெட்டணும்."

"சரிங்க முதலாளி"

சித்தி அவரை "ஏலே" என்றதும், அப்பாவை அவர் "முதலாளி" என்று சொன்னதும் என்னை உறுத்தியது.

கிரீச், கிரீச் என்று முடிவெட்டும்போது எனக்குக் கூச்சமாக இருந்தது. புழு போல் நெளிந்தேன். ஆனால் நாவிதர் பக்குவமாகவும் நேர்த்தியாகவும் தனது பணியைச் செய்து கொண்டிருந்தார்.

"அய்யா, கொஞ்சம் அசையாம இருங்கய்யா, அப்புறம் கத்தி பட்டுச்சுன்னா பெரிய முதலாளி என்ன சத்தம் போடுவாக" அந்த 60 வயது நரைத்த முடிவெட்டுபவர் கூறினார்.

எல்லோரும் சமம்னு காந்தித் தாத்தா சொன்னாராம். அய்யா சொன்ன கதைகள் ஞாபகத்திற்கு வந்தன.

கல்வி ஒளி

ஆகஸ்ட் பதினைந்தாம் தேதி. தமிழ்நாட்டில் ஒரு அரசுப் பள்ளியில் சுதந்திர தின விழா மிகச் சிறப்பாக நடைபெற்றுக் கொண்டிருக்கிறது. தூரத்தில் ஒரு சிறுவன் அதைக் கவனித்துக் கொண்டிருக்கிறான். அவன் தமிழரசன்.

தமிழரசனுக்கு 13 வயது முடிந்து 14 வயது தொடங்குகிறது. ஆனால் அவன் எந்தப் பள்ளியிலும் படிக்கவில்லை. ஆறாம் வகுப்பில் சேர்வதற்கு முயற்சிக்கிறான். அங்கு சென்று சுதந்திர தின விழா நிகழ்ச்சியைக் காண ஆவலாக இருக்கிறான். உண்மையில் சூழ்நிலை சரியாக அமைந்திருந்தால் தமிழரசன் ஒன்பதாம் வகுப்பு படித்துக் கொண்டிருப்பான். கடந்த மூன்று மாதங்களாக அப்பள்ளியில் சேர முயற்சிக்கிறான். சேர முடியவில்லை. தனது படிப்பைத் தொடர முடியவில்லையே என்று குமுறுகிறான். ஏற்கெனவே மூன்று ஆண்டுகள் வீணாகிவிட்டன. உள்ளம் வெதும்பினான். எனினும் படித்தே தீர வேண்டும் என்ற வெறி அடங்கவில்லை. மனதினுள் அக்கினிச் சிறகுகள் சிறகடித்துக் கொண்டேயிருந்தன.

கொடியேற்றம் ஆரம்பமாகிவிட்டது. மாணவ - மாணவியர் அனைவரும் நேர்த்தியாக அணிவகுத்து நின்றனர். மாணவர் தலைவன் கொடிவணக்கம் கூறியவுடன் அனைவரும் கொடிவணக்கம் செய்தனர். தமிழரசன் தன்னையும் ஒரு மாணவனாகவே பாவித்துக் கொண்டான். அவனும் ஒரு காலத்தில் மாணவத் தலைவனாக இருந்தவன் தானே.

அனைவருக்கும் மிட்டாய் வழங்கப்பட்டது. தமிழரசனுக்கும் கிடைத்தது. விழா முடிந்தது. அனைவரும் சென்றுவிட்டனர். தலைமையாசிரியர் தனது அறைக்குச் சென்றார். தமிழரசனும் அவரைத் தொடர்ந்தான். கதவருகில் நின்றவனை அழைத்து, "என்னப்பா, நான் கேட்ட சர்டிபிகேட் கொண்டு வந்திருக்கியா" என்று கேட்டார்.

"இன்னும் ஒரு வாரத்தில கொண்டு வாரேன் சார். அதுவரை வகுப்பில் ஒரு ஓரமா இருந்து படிச்சிட்டுப் போறேன் சார்" என்று வேண்டினான்.

"நீ இங்க படிக்கிறதுல எனக்கு எந்த ஆட்சேபணையும் இல்லப்பா. ஆனா சட்டப்படி ஒரு ஆதாரம் வேணும். நீ அங்கு தான் தங்கியிருக்கிற என்பதற்கு அதிகாரப்பூர்வமான சான்றிதழ் வேணும். இல்லன்னா பின்னடி என்னையும் போலீஸ் பிடிச்சுருவாங்க. நீ

நல்லவனா தெரியுற. இந்த ஆதாரம் இல்லாட்டா உன்ன தீவிரவாதினு சொல்லிடுவாங்க."

"சீக்கிரம் கொண்டு வாரேன் சார், ரொம்ப நன்றி சார்" என்று கைகூப்பி வெளியேறினான் தமிழரசன்.

தமிழரசனுக்குத் தேவையானது அவன் "இலங்கை அகதி" என்ற அதிகாரப்பூர்வ சான்றிதழ்தான், அது கிடைத்தால்தான் அவன் தமிழ்நாட்டில் படிப்பைத் தொடர முடியும்.

தமிழரசன் இலங்கையில் வாழ்ந்த தமிழ்ச் சிறுவன், செஞ்சோலை அவன் பிறந்த ஊர். இரண்டு தம்பிகள். தந்தை பலசரக்குக் கடை வைத்திருந்தார். அம்மா குடும்பத் தலைவி, மூதாதையர்களின் பூர்வீகம் இலங்கைதான்.

அவர்கள் சொந்த நாட்டில் சுதந்திரக் காற்றை சுவாசிக்க முடியவில்லை. துப்பாக்கி மற்றும் பீரங்கிக் குண்டு மழையின் புகை கலந்த காற்றைத்தான் சுவாசித்தனர். சமாதானம், ஒற்றுமை, நிம்மதி, அமைதி போன்றவற்றை விட சண்டை, மரணம், பயம், அழுகுரல்கள், வன்முறை, போராட்டம் போன்ற வார்த்தைகளின் அர்த்தங்களை அனுபவப்பூர்வமாக உணர்ந்து வருகின்றனர்.

இலங்கையின் வாழ்வியல் அதர்மங்களின் வலையில் சிக்கியவர்களில் அதிகம் குழந்தைகள்தான், அந்த லட்சக்கணக்கானோரில் ஒருவன்தான் தமிழரசன். அவர்களின் பிஞ்சு உள்ளத்தில் கொடூரங்களின் தாக்கம் கலக்க முற்பட்டது.

தமிழரசன் குழந்தைப் பருவத்தில் படுசுட்டி, தந்தையின் உதவியுடன் நடைபழகும்போதே சுறுசுறுப்பாக இருப்பான். அப்போதே வெடிகுண்டுகளின் சப்தங்கள் அவனைக் குறுக்கிட்டன.

முதல் மூன்று வகுப்பு வரையில், பிறந்த செஞ்சோலை கிராமத்தில் படித்தான். அப்போது பள்ளிக்கூடத்திற்கு சில நாட்களில் விடுமுறை அறிவிக்கப்படும். அடிக்கடி அரைநாள் மட்டுமே வகுப்புகள் நடை பெறும். மதியம் விடுமுறைதான். தமிழரசனுக்கு அறியாத அந்த வயதில் விடுமுறை என்றதும் மகிழ்ச்சியாக இருக்கும். மற்ற குழந்தைகளுடன் நன்றாக விளையாடுவான். விடுமுறைக்கான காரணம் இலங்கை ராணுவத்திற்கும் விடுதலைப் புலிகளுக்கும் இடையே நடந்த சண்டை சற்றுத் தீவிரமாக இருந்ததுதான்.

அவன் மூன்றாம் வகுப்பு படித்துக் கொண்டிருக்கும் போது ஒருமுறை அவன் வகுப்பறையிலேயே குண்டுகள் விழுந்தன. மாணவ - மாணவியர் சுமார் 10 பேர் உயிரிழந்தனர். முப்பதுக்கும் மேற்பட்டோர் காயமடைந்தனர். உடலுறுப்புகள் சிதைந்த உடல்களை இரத்த வெள்ளத்தில் மிதந்ததைக் கண்ட தமிழரசன்

மயங்கி விழுந்துவிட்டான். கண்ணெதிரே எட்டு வயதில் நடந்த இந்தக் கொடூரம் அவன் இதயத்தின் ஆழ்மனதில் நீங்காத ரணமாய்ப் பதிந்துவிட்டது, மயங்கியவன் தெளிந்த பின்னரும் பத்து நாட்கள் பள்ளிக்கூடம் செல்லவில்லை, மனக்கண் முன்னால் கொடூரம் திரும்ப திரும்ப தோன்றியது.

அந்தப் பள்ளிக்கூடம் செல்லும் போதெல்லாம் அக்கொடூர நிகழ்வின் நினைவு அடிக்கடி வந்ததால் தன்னிலை இழந்தான். ஒரு வருட படிப்பு வீணாகிவிட்டது.

பின்னர் அருகிலுள்ள கிராமத்திலுள்ள ஒரு பள்ளியில் சேர்க்கப்பட்டான். நான்கு மற்றும் ஐந்தாம் வகுப்புகள் அங்குதான் படித்தான். படிப்பில் எப்போதும் அவன்தான் முதல்வன். விளையாட்டு, கலைநிகழ்ச்சிகள், அறிவுத்திறன் போட்டிகள் அனைத்திலும் பங்கேற்று பரிசுகள் பல குவித்திருக்கிறான்.

ஐந்தாம் வகுப்பு முடிந்து கோடை விடுமுறையில் மீண்டும் ஒருமுறை போரின் கொடுமையை அனுபவிக்க துரதிருஷ்டம் அவனுக்குக் கிட்டியது. அதில் பெற்றோர் மற்றும் தம்பிகளை இழந்துவிட்டான்,

கடந்த முறை கடையில் வேலையிருந்ததால் பள்ளிக்கு தாமதமாகச் சென்று கடைசி பெஞ்சில் அமர்ந்திருந்ததால் தமிழரசன் தப்பித்தான், நல்லவேளை இந்த தடவையும் பக்கத்து தெருவில் விளையாடிக் கொண்டிருந்ததால் எமனின் "பாசக் கயிறு" இவனைத் தீண்ட வில்லை.

இந்த முறை வீடு, கடை அனைத்தும் சின்னாபின்னமாகியிருந்தது, மற்றொரு கிராமத்திற்குச் சென்றான். கூலிவேலை செய்து வயிற்றை நிரப்பினான். மீண்டும் இரண்டு வருடம் வீணாகிவிட்டது. படிக்க வேண்டிய பன்னிரெண்டு வயதில் அதுவும் திறமையுள்ளவன் வேலைக்குச் சென்றான்.

இது அவன் இலங்கையில் பிறந்தது குற்றமா? அல்லது தமிழனாய்ப் பிறந்தது குற்றமா? அவனுக்கு விளங்கவில்லை, பின்னர்தான் அவனுக்கு எல்லாம் தெளிவானது, சொந்த நாட்டில் தமிழினத்திற்கு சம உரிமையும் இல்லை, மரியாதையும் இல்லை என்பதைப் புரிந்தான். போரின் போது இறந்த அதாவது கொல்லப்பட்ட அப்பாவித் தமிழர்களின் நிலை அவனுக்குப் புரிந்தது.

இந்நிலையில் அவன் வயதுடைய சிறுவர்கள் பலர் ஆயுதமேந்திவிட்டனர். ஆனால் தமிழரசன் படிப்பைத் தொடர விரும்பினான். படிக்க வேணடும் என்று கனவு கண்டு கொண்டேயிருந்தான்.

சேர்த்து வைத்த கொஞ்சம் பணத்துடன் தமிழ்நாட்டிற்கு வந்தான். வரும் வழியில் அதுவும் பிடுங்கப்பட்டுவிட்டது. பாதுகாப்பாக

கொண்டு வந்த சான்றிதழ்கள் சிலவும் மாணவ - அடையாள அட்டையும் கடலில் வீசப்பட்டது. சொந்த இலங்கையிலிருந்து தன்னைத் தானே நாடு கடத்திவிட்டான் இந்தியாவுக்கு.

இந்தியாவில் அவனுக்குக் கிடைத்த பட்டம் "இலங்கை அகதி". அதற்கான அதிகாரப்பூர்வ அறிவிப்பிற்காகத்தான் தமிழரசன் காத்துக் கொண்டிருக்கிறான். மூன்று மாதமாக அலைந்து கொண்டு இருக்கிறான். அது இல்லையென்றால் அவன் தீவிரவாதியாம். என்ன உலகமிது. பிஞ்சு மனதில் பெரிய பெரிய வேண்டாத வார்த்தைக்கெல்லாம் அவன்தான் அர்த்தமாய் போக வேண்டுமா?

தொலைந்துபோன சான்றிதழ்களின் நகல்கள் கேட்டு அகதிகள் முகாம் மூலமாகத்தான் படித்த பள்ளிக்கு உருக்கமாக விண்ணப்பித்திருந்தான். அந்த சான்றிதழ்கள் தற்போது கிடைத்து விட்டன. கூடவே நன்னடத்தை மற்றும் பரிசுச் சான்றிதழ்களும்...

தமிழரசனுக்கு இலங்கை அகதிச் சான்றிதழ் கிடைத்துவிட்டது. பள்ளிக்கூடத்தில் படிபபதற்கு அனுமதியும் கிடைத்துவிட்டது. தமிழரசன் மகிழ்ச்சியானான். ஆனால் படிப்பதற்குப் பணமில்லை.

காலையில் வீடு வீடாய்ச் சென்று பத்திரிக்கைகள் போடுவது, சனி, ஞாயிறு மற்றும் விடுமுறை நாட்களில் கட்டிட 'சித்தாள்' வேலைக்குச் சென்று பணம் சேர்த்தான். தலைமையாசிரியரும் ஓரளவு உதவினார். பிற்காலத்தில் கல்லூரிப் படிப்பிற்கு உதவுவதாக வாக்களித்தார்.

அவனுள் நம்பிக்கை பிறந்தது. ஆனால் இன்னும் தமிழ்நாட்டில் இலங்கை அகதிச் சிறுவர் - சிறுமியர்கள் சிலர் பள்ளிக்குச் செல்லாமல் வேலைக்குச் செல்கின்றனர். அதைவிடக் கொடுமை இலங்கையின் சொந்த மண்ணில் போரின் கொடுமையால் ஆயிரக்கணக்கான சிறுவர் - சிறுமியர் கல்வி வசதியை சரிவரப் பெற முடியாமல் தவித்து வருகின்றனர். சிலர் ஆயுதமேந்திவிட்டனர்.

இப்படிப்பட்ட சிறுவர்களுக்கு கல்விக்கண் திறந்திட தமிழரசன் இறைவனை வேண்டினான். கல்வியைப் பார்க்க முடியாத இவர்களின் கொடுமையைப் போல உலகில் எவர்க்கும் நிகழக்கூடாது என்று உள்ளம் உருகினான். அவன் மனதினுள் அக்கினிச் சிறகுகள் நெருப்பை உமிழ்ந்து கனன்று கொண்டு துடித்துக் கொண்டேயிருக்கின்றன.

புதுப்பழக்கம்

கல்லூரியிலிருந்து மதுரைக்கு அருகிலுள்ள சொந்த ஊருக்கு விடுமுறைக்கு வந்தான் சந்திரன். வீட்டில் அப்பா, அம்மா, அண்ணன், அக்கா மற்றும் குழந்தைகள் என அனைவரும் வயலுக்குச் சென்று கொண்டிருந்தனர். வயல்களில் நெல் கதிர்கள் அறுவடைக்குத் தயாராக இருந்தன. அதனால் அறுவடைக்கு முன்பு வருடந்தோறும் வழக்கம்போல் பொங்கல் படையல் செய்யும் நிகழ்ச்சி. உடனே சந்திரனும் புறப்பட்டான். பத்து நிமிடத்தில் அனைவரும் வயலுக்கு சென்றனர்.

சந்திரனின் தந்தை இராமநாமி பரம்பரை விவசாயி. அந்தக் கிராமத்தில் அவர் இந்த 60 வயதிலும் குலதெய்வ வழிபாடு மற்றும் இதுபோன்ற பூஜை நேரங்களில் சாமியாடுவதும் வழக்கம். இந்த நவீன கம்ப்யூட்டர் காலத்திலும் கிராம மக்கள் அவர் சொல்வதை நம்பி வருகின்றனர். கடவுள், வேதாந்தம், சித்தாந்தம், நடைமுறை வாழ்க்கை, வர்மக்கலை, அறிவியல் கொள்கை போன்றவற்றை எளிய முறையில் பல நேரங்களில் சந்திரனுக்கு விளக்கியிருக்கிறார். இதுவரை அவனுக்கு உறைக்கவில்லை.

சர்க்கரைப் பொங்கல் தயாராகிவிட்டது. விபூதி, குங்குமம், சந்தனம், சூடம், மல்லிகைப்பூ, வெற்றிலைப்பாக்கு, பழம், கடவுளுக்கு பொங்கல் என கவனமாக ராமசாமி படையல் செய்து கொண்டிருந்தார். தேங்காய் உடைக்கத் தயாரான போது சந்திரனை அழைத்தார்.

"பத்தியைப் பொருத்து" என்றார்.

சந்திரன் மெதுவாக வந்தான். தீப்பெட்டி, பத்தியைக் கையில் எடுத்தான். இரண்டு முறை தீக்குச்சியை தீப்பெட்டியில் உரசியும் தீக்குச்சி எரியவில்லை, அடுத்த இரண்டு முறை தீக்குச்சி எரிந்தும் பத்தியைப் பொருத்த முடியவில்லை.

கடைசியாக ஐந்தாவது முறை தீக்குச்சியில் பத்தியைப் பொருத்திவிட்டான்.

உடனே அப்பா, "ஒரு பத்தியைப் பொருத்த ஐந்து முறை தீக்குச்சியைப் பத்த வைக்கிற. வாழ்க்கையில் பொறுமை அவசியம், செய்கிற காரியத்தை நிதானமா நல்லபடியா செய்யணும், சிக்கனமாக இருக்கணும் என்றார்.

மேலும் "ஒரு செயலை செய்யும் போது மனச ஒருமுகப்படுத்தணும், பத்தி பொருத்தறது சின்ன விசயம்தான். இவ்வளவு கஷ்டப்படுகிற பதட்டப்படாம செய்யணும். மூணு வருசமா சிகரட் பிடிக்கிற. தீக்குச்சியை பத்தவைக்க தெரிஞ்சுக்கணும். மத்தவங்களை உற்று நோக்கி பல விசயத்த புரிஞ்சுக்கோ!" என்றார் நெத்தடியாய்.

தனது சிகரெட் பிடிக்கும் பழக்கம் அப்பாவுக்குத் தெரியாது என்று சந்திரன் நினைத்திருந்தான். தற்போது அனைவருக்கும் தெரிந்துவிட்டது. அன்றிலிருந்து திருந்திவிட்டான். சந்திரனுக்கு கடவுள் நம்பிக்கை அதிகமானது. அப்பாவின் மீது மதிப்பு உயர்ந்தது. தினமும் ஆறேழு தடவை சிகரெட் பற்ற வைத்த அவனது கைகள், தற்போது கல்லூரி விடுதி அறையில் தினமும் ஒரு முறையாவது பத்தியைப் பற்ற வைத்துக் கொண்டிருக்கின்றன. இந்தப் பழக்கம் அவனுக்கு புது உத்வேகத்தை அளித்தது.

குழந்தை இல்லம்

"ஜானு, நான் சொல்றத திரும்பவும் யோசனை பண்ணிப் பாரு, இதுதான் உன் கடைசி முடிவா" என்று சௌந்தர்ராஜன் கெஞ்சும் தொனியில் கேட்டார்.

"ஆமாம்பா. சௌந்தர், நானும் எத்தனை தடவை உங்கிட்ட சொல்லியிருப்பேன், நான் கிளம்புறேன், இது என் நாற்பது வருசக் கனவுனு கூட வச்சுக்கோ" என்றார் ஜானு. என்ற ஜானகிராமன்.

"இங்க இருக்கிற இரண்டு வீட்டையும் வித்துத்தான் ஆகணுமா? நான் ஒரு யோசனை சொல்றேன். முதல்ல ஒரு வீட்ட மட்டும் வித்திரு. மத்தத வாடகைக்கு விட்டா குறைந்தது ஐயாயிரம் கிடைக்கும். நான் மாசா மாசம் அக்கௌன்ட்ல பணத்தைப் போட்டிருறேன். ஒரு வேளை அங்க போய் பிடிக்கலனா திரும்பி இங்க வந்திரு".

"இந்த சென்னையில் சுமார் நாற்பத்தைஞ்சி வருசம் இருந்திட்டேன். போதும்ம்னு நினைக்கிறேன். என் மனசுக்குள்ள இருக்கிற அமைதி, எண்ணங்கள், சுதந்திரம், இலக்கியம், சமூக இயற்கைத் தேடல்களுக்கேற்ற சூழல் எல்லாம் கிராமத்துல தான் நிறைவேறும்ம்னு நம்புறேன். சரி. உன் யோசனைப்படி வாடகைக்கு விட்ருக்கிற வீட்ட வித்திடுவோம். அம்பத்தூர்ல இப்ப நான் தங்கியிருக்கிற வீட்டப் பத்தி பிறகு யோசிக்கலாம். இதுவும் ஒரு வகையில நல்லதுக்குத்தான். கிராமத்தில முதலிலேயே அதிகம் தொகையை முதலீடு செய்ய வேண்டாம்".

"என்னப்பா, உனக்கிருக்கிற வசதிக்கு மெட்ராஸ்ல ஒரு செல்போன் அல்லது கம்யூட்டர் சென்டர் வச்சா வருமானம் பிச்சுக்கிட்டு வரும், அல்லது டியூசன் நடத்தினாலே போதும். உன் ஒரே பையன் அமெரிக்காவுல கம்யூட்டர் இன்ஜினியரா இருக்கான். அவன் இங்க வரும் போது கம்ப்யூட்டர் சம்பந்தமா உனக்கு ஆறுதலா இருக்கும், நீ என்னடான்னா கிராமத்துக்குப் போறேன்றியே, இது உனக்கு ஓவராத் தெரியல" என்றார் கொஞ்சம் கிண்டலாக.

"எல்லாம் அங்க போனா சரியாயிடும். சரி, கிரீன் சிக்னல் போட்டுட்டான், பார்க்கலாம். ஒரு மாசம் கழிச்சி வாறேன். அம்பத்தூர் வீட்ட வாடகைக்கு விட்டிரு. இந்தா சாவி. சம்மர்ல அங்க வாயேன்."

"பார்க்கலாம்... பை.. பை..."

புகைவண்டி நிலையத்தில நண்பர்கள் நெகிழ்ந்தார்கள். முப்பது வருட நட்பு விடைபெற்றது. இனி அடிக்கடி சந்தித்துப் பேச முடியாது.

ஜானகிராமனுக்கு பிறந்த ஊர் தேவதானம். இராசபாளையத்தி லிருந்து பன்னிரெண்டு கிலோமீட்டர் தொலைவில். தென்காசி சாலையில். ஜமீனில் பணியாற்றியவர்கள். பத்தாம் வகுப்பு வரை படித்தது அருகிலுள்ள முகவூர் கிராமத்தில். பின்னர் பெற்றோர் சென்னையில் குடியேறியதால் பியுசியும் கல்லூரிப் படிப்பும் சென்னை மாநகரில்தான். அம்பத்தூரில் நகராட்சி உயர்நிலைப்பபள்ளியில் ஆரம்பத்தில் ஆசிரியர் வேலை. படிப்படியாய் உயர்ந்து தலைமையாசிரியரானார். கடந்த மாதம் ஓய்வுபெற்றார்.

சென்னையில் நல்ல நண்பர்கள் கூட. ஜானகிராமனைப் பிரிவதற்காக கவலைப்பட்டனர். கடைசியில் சௌந்தர் தான் புகைவண்டி நிலையத்தில் வழியனுப்பினார். அப்போது கூட சௌந்தர் எவ்வளவோ கேட்டுக் கொண்டும் ஜானகிராமன் மாறவில்லை.

தேவதானம் வந்தடைந்தார். நண்பர் பாலகுமாரன் என்ற பாலாதான் வரவேற்றார். கிராமம் பெரிதும் மாறியிருந்தது. முதலில் வாடகை வீட்டைப் பார்வையிட்டனர். வீடு சகலவசதிகளுடன் அம்சமாக இருந்தது. மிகக்குறைந்த வாடகை. பாலாவின் வீட்டின் அருகில்தான்.

பாலாவுக்கும் அறுபது வயது. நான்கு பிள்ளைகளுக்குத் திருமணம் நடத்தி பேரக்குழந்தைகள் தற்போது திருமண வயதில் இருக்கின்றனர். முழுநேர விவசாயி. விவசாயமே வாழ்க்கை, வாழ்வியல் தர்மங்களை தவறாது கடைப்பிடிப்பவர்,

இருவரும் பழைய ஞாபகங்களில் ஆழ்ந்தனர். பள்ளிக் காலத்தின் நிகழ்வுகளைப் பரிமாறினர், நண்பர்கள் பலரைச் சந்தித்தனர். மேற்குத் தொடர்ச்சி மலையில் அடிவாரத்தில் உள்ள சாஸ்தா கோவிலுக்கு சைக்கிளிலேயே சென்றனர். இயற்கை எழிலுடன் கூடிய சிறிய நீர்வீழ்ச்சியில் குளித்து மகிழ்ந்தனர். அவ்விடத்தில் நண்பர்களுடன் கோழிக்கறி, பாயாசத்துடன் கூட்டாஞ்சோறு உண்ட சம்பவங்களை நினைவு கூர்ந்து மகிழ்ந்தனர். தற்போதும் சில நண்பர்களுடன் சென்று கூட்டாஞ்சோறு சாப்பிட்டனர். சமீபத்தில் சாஸ்தா அணையும் கட்டப்பட்டுவிட்டதால் அவ்விடத்தில் மேலும் இயற்கை அழகு பொங்கியது.

பல வயல்களில் குளங்களுக்கும் சென்றனர். குளங்களின் பெயர்கள் கூட ஊர், சாதி மற்றும் சாகுபடிப் பருவங்களில் இருந்தன. முகவூர்க்குளம். சேத்தூர்க்குளம். கோவிலூர்க்குளம். நவரைக்குளம். சீவலப்பேரி குளம். பிராமணர் குளம். நாடார்குளம். தேவர்குளம். பெரியகுளம் ஆகிய எல்லாக் குளங்களையும் சரியாக அடையாளம் கண்டதில் பாலாவுக்கே ஆச்சரியமாயிருந்தது. குளத்தில் அல்லிப்பூக்கள் பறித்ததது, அல்லிக்கிழங்கு எடுத்து குளக்கரையிலே சமைத்து உண்டது எல்லாம் ஞாபகம் வந்தது.

வீடுவிற்றது, வாடகை முன் பணம், ஓய்வுபெற்றபோது கிடைத்த பணம் என ஜானகி ராமனுக்கு ஒரு பெரிய தொகை சேர்ந்தது.

பாலாவின் உதவியுடன் இரண்டு ஏக்கர் நிலம் கிரயமாக வாங்கினார். விவசாயம் செய்யத் தொடங்கிவிட்டார். மழைக்காலத்தில் குளத்துத் தண்ணீர் பாய்ந்தது. கிணறு வசதியும் இருந்தது. எனவே தண்ணீர் தட்டுப்பாடு இல்லை. மழைக்காலத்தில் நெல்லும் கோடைக்காலத்தில் பருத்தி மற்றும் காய்கறிகளும் பயிரிட்டனர்.

சென்னையிலிருந்து சௌந்தர் அடிக்கடி தொலைபேசி மூலம் தொடர்பு கொள்வது வழக்கம். ஜானகிராமன் விவசாயம் செய்வதறிந்து ஒருமுறை தொலைபேசியில், "என்னப்பா ஜானு, விவசாயம் செய்யறியே, ரிடையர்டு காலத்துல ஓய்வு எடுக்கத்தான், கிராமத்துக்குப் போறது நினைச்சேன். அத வுட்டுட்டு அல்லது நான் சொன்ன மாதிரி டெட்ராஸ்ல செல்போன் அல்லது கம்ப்யூட்டர் பிசினஸ் செஞ்சா நல்ல வருமானம் வரும்''.

"சென்னைல பணம் இருக்கிறவங்க யார் வேணாலும் வியாபாரம் செய்யலாம். ஆனா அதிகப் பணம் வச்சிருக்கறவங்க கிராமத்துக்கு வந்து விவசாயம் செய்ய எத்தனை பேர் முன்வருவாங்கனு சொல்லு பார்ப்போம். இப்ப இருக்கிற நவீன காலத்துல விவசாயம் செய்வதற்கு இளைஞர்கள் உட்பட பலர் விரும்புறதில்லை. விவசாயம் செய்யுற இளைஞர்களுக்கு பொண்ணு கொடுக்கக்கூட நாட்டில் தயங்கிறாங்க. இந்த நிலைமைல அடுத்த தலைமுறையில விவசாயம் செஞ்சி கூடிக்கிட்டே போற மக்கள் தொகைக்குத் தேவையான உணவு உற்பத்தி செய்ய எப்படி முடியும்?''

ஜானகிராமனுக்கு ஆரம்பத்தில் விவசாயம் பெரும் சவாலாகத்தான் இருந்தது. வேலையாட்கள் குறிப்பிட்ட நேரத்தில் கிடைப்பதுமிகமிக அரிதாக இருந்தது. பெரும் போராட்டங்களுக்கிடையில் அறுபது வயதிலும் முழுமையான ஈடுபாட்டுடன் நேர்த்தியாக விவசாயம் மேற்கொண்டார். தேவைக்கேற்ப விவசாயக் கருவிகளையும் இயந்திரங்களையும் பயன்படுத்தினார். நண்பர் பாலாவுடன் சேர்ந்து

கூட்டு விவசாயம் செய்தார். இருவரின் வயல்களும் அருகருகே இருந்தது. மேலும் வசதியாயிற்று.

நெல்லில் செம்மை நெல் சாகுபடி முறையைக் கடைப்பிடித்து விதை உற்பத்தி மேற்கொண்டார்கள். குறைந்த அளவு விதையுடன் ஒற்றை நாற்றை சதுர நடவாக நட்டார்கள். களைகளைக் கட்டுப்படுத்த உருளும் களைக்கருவி பயன்படுத்தினார். காய்ச்சலும் பாய்ச்சலுமாக சிக்கனமாக நீர்ப்பாசனம் செய்தார்கள். ஒரு குத்துக்கு அதிக கதிர்கள் உற்பத்தியாகி நெல்மணிகள் திரண்டு தங்கமணிகளாய் ஜொலித்தன. பருத்தியிலும் விதை உற்பத்தி செய்தார்கள். கத்தரி வெயிலிலும் கத்தரி பயிரிட்டு கட்டுக்கட்டாய் பணம் சம்பாதித்தனர். மேலும் நிலங்கள் வாங்கினார்கள். வயல்களின் மத்தியில் ஒரு அருமையான வீட்டை சகல வசதிகளுடன் கட்டினார்கள். கோவை, ஈரோடு போன்ற மாவட்டங்களிலுள்ள இப்பழக்கத்தை தென் தமிழகத்திலும் தொடங்கினார்கள். இது அவர்களுக்கு சௌகர்யமாகவும் இருந்தது. விவசாயத்தில் முன்மாதிரியாகத் திகழ்ந்தார்கள். ஒரு புரட்சிக்கு வித்து ஊன்றப்பட்டது.

புதிய வீட்டிற்கு "பருத்தி இல்லம்" எனப் பெயரிட்டார். சென்னை யிலிருந்து சௌந்தர் ஒருமுறை குடும்பத்துடன் வந்தார். ஒருவாரம் தங்கினார். குற்றாலம், ஆண்டாள் கோவில், அய்யனார் மற்றும் சாஸ்தா கோயில் நீர்வீழ்ச்சி சென்றார். மேற்குமலைத்தொடரின் இயற்கை வனப்பைக் கண்டு மெய் சிலிர்த்தார், விவசாய முன்னேற்றத்தைப் பார்த்துப் பாராட்டினார். அங்கேயே தங்கி வாழ ஆசைப்பட்டார்.

அமெரிக்காவிலுள்ள ஜானகிராமனின் மகனும் ஒரு மாதம் குடும்பத்துடன் தங்கினான். தந்தையின் முயற்சியில் நெகிழ்ந்தான். தந்தையின் விருப்பப்படி இலவச மனநல காப்பகம் ஒன்றை ஆரம்பித்தான். இலவச முதியோர் இல்லமும் ஆரம்பிக்கப்பட உள்ளது. பிற்காலத்தில் அவனும் அங்கு வாழத் தீர்மானித்தான். பழமரங்களும், தென்னந்தோப்புகளும் சில ஏக்கர்களில் இயற்கை விவசாயமும் மேற்கொள்ளத் திட்டமிட்டனர். பருத்தி இல்லத்தில் மாலை நேரங்களில் அவ்வூர் மாணவ - மாணவியர்களுக்கு இலவச டியூசனும் நடத்தப்பட்டது. மனித வாழ்வின் அடிப்படையான விவசாயத்தையும் வாழ்வியல் தர்மங்களையும் வாழ வைத்தார். இல்லை இல்லை; விவசாயத்தாலும் வாழ்வியல் தர்மங்களாலும் ஜானகிராமன் உடல்நலமாகவும் மன நிறைவாகவும் வாழ்கிறார். ஆம் ஜானகிராமனுக்கு தற்போது இரத்த அழுத்தமும் சர்க்கரை நோயும் அறவே இல்லை.

இயற்கை

அது டெல்லியில் உள்ள மத்திய அரசு அலுவலகம், மிகப்பெரிய அரங்கம், உலக அளவிலான கருத்தரங்கு ஒன்றின் தொடக்க விழா படுவிமர்சையாகக் கொண்டாடப்படுகிறது. விழாவில் பல்வேறு நாட்டு விஞ்ஞானிகள், மத்திய - மாநில அமைச்சர்கள் மக்க-ளவை, மாநிலங்களவை உறுப்பினர்கள் துறை, சார்ந்த அமைச்சக அலுவலர்கள் என நூற்றுக்கணக்கானோர் கலந்து கொண்டனர். தொடக்கவிழா சிறப்பாக நடந்தது.

தேநீர் இடைவேளை ஆரம்பமானது. அனைவருக்கும் முதலில் விலையுயர்ந்த இனிப்பு, காரவகைகள் வழங்கப்பட்டன. பின்னர் குளிர்ந்த ஆப்பிள், ஆரஞ்சு, திராட்சை பழச்சாறுகள் மற்றும் இளநீர் போன்றவற்றை தனித்தனியாக இளம்பெண்கள் பரிமாறிக் கொண்டிருந்தனர், வந்திருந்தவர்களில் வெளிநாட்டினர் உட்பட அனைவரும் இந்த உபசரிப்பு புதுமையாகவும் நன்றாக இருப்பதாகவும் கூறினர். பழச்சாறுகளையும் இளநீரையும் விரும்பிப் பருகினர்.

அப்போது நான்கு பேர் அங்குமிங்கும் சென்றனர். எதையோ தேடினர். அவர்களில் இரண்டு இந்திய அதிகாரிகள் குளிர்சாதனப் பெட்டியைத் திறந்து பார்த்து ஏமாற்றத்துடன் திரும்பினர். ஒரு இந்திய அதிகாரி உணவுக்கமிட்டித் தலைவரை அணுகினார். ஏதோ கேட்க முனைந்தார். தயங்கினார்.

பின்னர் மெதுவாக, "சார். பாட்டில் குளிர்பானங்கள் ஏதாவது இருக்கிறதா?" என்றார்.

"இருக்கிறது" என்றார் உணவுக் கமிட்டித் தலைவர்,

"எனக்கு ஒரு கோக் வேணும்" என்றார், அந்த இந்திய அதிகாரி.

"பணம் கொடுங்க, வெளியில கடையில இருக்கு, வாங்கித்தர ஆள் அனுப்புறேன்" என்றார்.

கேட்ட இந்திய அதிகாரி அதிர்ச்சியடைந்தார்.

உணவுக் கமிட்டித் தலைவர் தொடர்ந்தார். "சார்! இது அரசாங்க விழா. பல்வேறு அயல்நாட்டவரும் வந்திருக்காங்க. ஒரு வெளிநாட்டவர் கூட பாட்டில் பானம் கேட்கவில்லை. நம்ம நாட்டுக்காரங்க நீங்க கேட்கிறீங்களே?" என்றார்.

"கேட்டா என்ன தப்பு" என்றார் அதிகாரி வீராப்புடன்,

"சார்! அமெரிக்காவுல கூட சில கல்வி நிறுவனங்கள் பாட்டில் குளிர்பானத்தை தடை செஞ்சிருக்காங்க. நம்ம இந்தியாவுல கூட சில மாநிலங்கள் ஏற்கனவே தடைவிதிச்சிட்டாங்க. உண்மையிலே அந்த குளிர்பானத்துல என்ன கலந்திருக்குனு யாருக்கும் தெரியாது. பூச்சி மருந்துகள் குறிப்பிட்ட அளவைவிட பல மடங்கு அதிகமாக இருப்பதாக செய்தி வந்திருக்கு, வெளிநாட்டுக்காரர்களே இவற்றை விட்டு விட்டு இயற்கையான இளநீர், பழச்சாறு சாப்பிட ஆரம்பிச்சிட்டாங்க அவர்களிடமிருந்து உணவு, உடை, கலாச்சாரம் போன்றவற்றைக் காப்பியடிக்கும் நம்ம நாட்டு மக்கள் இயற்கைக்கு மாறி வரும் அவர்களின் இந்த நல்ல விசயத்தை ஏன் பின்பற்றுவதில் லைனு புரியல" என்றார் உணவுக் கமிட்டித் தலைவர்.

அவர் மேலும், "சார் இன்னொரு முக்கியமான விசயம். பழச்சாறு, இளநீர் வாங்கினா நம்ம நாட்டு விவசாயிகளுக்கும் பணம் கிடைக்குது. இரவு பகல்னு பார்க்காம பழங்கள், இளநீர் உற்பத்தி செய்யும் மண்ணுல கஷ்டப்பட்டு உழைக்கிற நம்ம நாட்டு விவசாயிகளுக்கு நாம் உதவுவதாக அமையும். பழங்கள். இளநீர் சாப்பிடுவதால நம்ம உடலுக்கும் நல்லது" என்று கூறினார். பாட்டில் குளிர்பானம் கேட்ட அந்த இந்திய அதிகாரி வாயடைத்துப் போனார்.

முதல் வேலை

புதிதாக நியமிக்கப்பட்ட முதல்வர் இராமநாதன் கல்லூரிக்கு வந்து பணியில் சேர்ந்தார். பல்வேறு துறைத் தலைவர்கள் பேராசிரியர்கள், இணைப் பேராசிரியர்கள், விரிவுரையாளர்கள், அலுவலகப் பணியாளர்கள், நிரந்தர மற்றும் தற்காலப் பணியிலுள்ள தொழிலாளர்கள் என அனைத்துத் தரப்பினரும் முதல்வர் அலுவலகத்திற்குச் சென்று அவரது பணி சிறக்க வாழ்த்தினர்.

முதல்வர் இராமநாதன் பத்து ஆண்டுகளுக்கு முன்பு ஏற்கனவே அக்கல்லூரியில் இணைப் பேராசிரியராகப் பணியாற்றியவர். மிகவும் நேர்மையானவர். அனைவரிடமும் அன்பாகவும் பணியில் கண்டிப்புடனும் நடந்து கொள்பவர். கல்லூரியின் முன்னேற்றத்திற்கு பாடுபட்டவர். எனவே கல்லூரியை உயர்ந்த நிலைக்குக் கொண்டு செல்வார் என அனைவரும் நம்பினர். அதற்காகத்தான் பல்கலைக்கழகம் அவரை நியமனம் செய்ததாக அங்கு பேச்சு அடிபட்டது.

முதல்நாள் முதல் வேலையாக இராமநாதன் ஒரு வேலையை மனதில் எண்ணியிருந்தார். அப்போது கணினித்துறைத் தலைவர் வந்து கல்லூரிக்கு புதிதாக ஐம்பது கணினிகள் வாங்குவதற்கான கோப்பு ஒன்றை எடுத்துவந்தார்.

"சார், நம்ம கல்லூரிக்கு ஐம்பது கம்ப்யூட்டர் வாங்குவதை உங்க முதல்வேலையாக வைத்துக் கொள்ளலாம். இதில் கையெழுத்துப் போடுங்களேன்" என்றார் கடிதத்தை நீட்டி.

முதல்வர் இராமநாதன். "நமது கல்லூரியில் சுமார் நானூறு மாணவ மாணவியர் உள்ளனர். ஆனால் கணினி மையத்தில் 150க்கும் மேற்பட்ட கணினிகள் உள்ளன. இவையனைத்தும் மாணவர்களால் இன்னும் முழுமையாகப் பயன்படுத்தப்படவில்லை. எனவே கம்ப்யூட்டர் வாங்குவதை பிறகு பார்த்துக் கொள்ளலாம். அதற்கு முன்பு உடனே தொடங்க வேண்டிய ஒரு முக்கியமான வேலை இருக்கிறது" என்றார்.

"என்ன சார் அது" என்றார் கணினித் துறைத் தலைவர்.

"நமது கல்லூரி தொடங்கி இருபது ஆண்டுகள் ஆகிவிட்டன. இன்று வரை மாணவர்களுக்கும் அலுவலர்களுக்கும் தரமான குடிநீர் கிடைத்தபாடில்லை. தற்போது கிடைக்கும் குடிநீர் சிறிது

உப்புக்கரிக்கிறது. ஏனவே மாணவர்களும் அலுவலர்களும் அவ்வப்போது சிறுநீரகக் கல் அடைப்பு போன்ற பிரச்சனையால் அவதிப்படுகின்றனர். முன்பு நான் இங்கு பணியாற்றிய போதும் இதே பிரச்சனைதான். இப்போதும் இது தொடர்கிறது. அருகிலுள்ள கிராமத்திலிருந்து சுமார் ஒரு கிலோ மீட்டர் தூரத்திற்குக் குடிநீர்க் குழாய்கள் நீட்டிக்கப்பட்டால் நமது கல்லூரிக்கும் மாணவ விடுதிக்கும் நல்ல குடிநீர் கிடைத்துவிடும். மேலும் இந்தக் கிராம ஊராட்சிக்கு நமது கல்லூரியிலிருந்து தொழில்வரி, வீட்டுவரி என ஆண்டுக்கு லட்சக்கணக்கில் நாம் பணம் செலுத்துகிறோம்.

எனவே இந்த தகவல்கள் எல்லாம் எடுத்துக் கூறி முறையாக மீண்டும் மீண்டும் வேண்டினால் கண்டிப்பாக நல்ல குடிநீர் வசதி கிடைத்துவிடும். எனவே ஊராட்சித் தலைவர், ஊராட்சி ஒன்றியத் தலைவர், எம்எல்ஏ மற்றும் கலெக்டருக்கு இதுபற்றி ஒரு தெளிவான நீண்ட தபால் ஒன்று எழுதி எடுத்து வாருங்கள். அதில்தான் முதல் கையெழுத்து இடப்போகிறேன். இன்று மாலை ஊராட்சி மற்றும் ஒன்றியத் தலைவர்களைச் சந்திக்கலாம். நாளை எம்எல்ஏவையும் கலெக்டரையும் நேரடியாகச் சந்தித்து குடிநீர் வசதி வேண்டலாம். நானும் மரியாதை நிமித்தமாக அவர்களை சந்தித்ததாக இருக்கட்டும். இன்னும் ஒரு மாதத்திற்குள் நல்ல குடிநீர் வசதி நமது கல்லூரிக்குக் கொண்டு வருவதே எனது முதல்வேலை. முதலில் அடிப்படைத் தேவை. அப்புறம்தான் வசதிகள் எல்லாம்'' என்றார் இராமநாதன்.

மதியம் நான்கு துறைத் தலைவர்களுடன் ஊராட்சித் தலைவரை சந்திக்கப் புறப்பட்டார் இராமநாதன். அங்கு அனைவரது மனதிலும் உத்வேகமும் தன்னம்பிக்கையும் துளிர்விட்டது.

பொங்கல் பரிசு

இந்த வருட தைப்பொங்கலுக்கு இன்னும் இருபது நாட்களே இருக்கின்றன. அரசுக் கல்லூரியில் உதவி விரிவுரையாளராக தற்காலிக வேலை செய்து வரும் இராம்கணேஷ் என்ற கணேசனுக்கு வழக்கம்போல் இந்த மாதமும் பணநெருக்கடி. பெற்றோர், மாமனார், குடும்பம், மனைவி மற்றும் குழந்தைக்கு உடைகள், ஊருக்குச் சென்றுவர என இந்தப் பொங்கலுக்கு குறைந்தது மூவாயிரம் ரூபாய் வேண்டும். இந்த முறை மாமனாரிடம் சொல்லிவிட வேண்டும் என்று தீர்மானித்து, தீவிரமாக யோசித்தான். தீர்க்கமான முடிவு எடுத்தான்.

யோசித்துக் கொண்டிருந்த கணேசனை நோக்கி அவன் மனைவி கவிதா "என்னங்க? தீவிரமான யோசனை" என்றாள். கவிதா அதிகமாக செலவு செய்பவள்.

"பொங்கல் வருதுல... அதான்" என்றான் கணேசன்....

"ஆமாங்க! இந்த தடவை பொங்கலுக்கு எனக்கு குறைந்தது 4000 ரூபாய் ரேஞ்சில பட்டுப்புடவை வேணும். முன்னாடியே சொல்லிட்டேன். கூடவே ஒரு கொலுசும் எடுத்திடுவோம்" என்றாள்.

"போன வருச தீபாவளிக்கு பட்டுச்சேலை எடுத்தேன்ல. இந்த வேலை நிரந்தரமாகட்டும், எடுத்துத் தர்றேன். உனக்கு வருசத்தில் எப்படியும் 3 அல்லது 4 சேலை 500 ரூபாய் மதிப்புல நல்லதா எடுத்துக் கொடுக்கிறேன். அதுபோக உங்க அப்பாவும் வருசத்துக்கு ஆறேழு சேலைகள் கொடுக்கிறார். இன்னும் என்ன வேணும்? நான் மாட்டேன்னா சொன்னேன். இப்ப உனக்குப் பிடிச்சதா 600 அல்லது 700 ரூபாயில எடுத்துக்கோ" என்றான்.

"எங்கப்பா எடுத்ததெல்லாம் கணக்கில் சேர்க்கக்கூடாது. எப்படியும் எனக்கு பட்டுச்சேலை வேணும்" என்றாள்.

"ஏற்கனவே பீரோவுல இருக்கிற இருபது பட்டுச்சேலைகள் அப்படியே தூங்குது. கல்யாணமாகி 5 வருசத்தில் உனக்கு 60 சேலைக்கு மேல கிடைச்சிருக்கு. நீ எனக்கு பெர்மனன்ட் வேலை கிடைக்கிற வரைக்குமாவது வேலைக்குப் போணும்னு சொன்னாலும் கேட்கமாட்டேன்கிற, நீ படிச்சதுக்கு மாசம் ரூ.5000 வரை சம்பாதிக்கலாம். எனக்கு கிடைக்கிற. 8000 சம்பளத்தில மாச மாசம் 2000 ரூபாய் கொடுக்கிறார். அந்த ரூபாய் நீ செய்ற செலவுக்கே பத்தாது, அடிக்கடி உங்க அம்மா அப்பாகிட்ட

போனில் பேசினதால மாசம் 1500 ரூபா டெலிபோன் பில் கட்ட வேண்டியிருக்கு. அது போக மாசமாசம் கவரிங் நகை, மேக்கப் அது இதுனு ரொம்ப செலவு செய்ற. நானும் 5 வருசமா சொல்றேன். இந்த தேவையில்லாத செலவைக் குறைக்கமாட்டேங்கிற.''

''கடைசில இந்த மேக்கப்ல வந்திருவீங்களே. இதச்சொல்லாட்டா உங்களுக்கு தூக்கம் வராதே. சரி பேச்சை மாத்தாதீங்க. கொலுசு எடுத்து ஒரு வருசமாச்சு. இப்ப புதுபுது டிசைனா வந்திருக்கு. இதை மாத்திருவோம்.''

அப்போது பக்கத்து வீட்டில் விளையாடி விட்டு வந்த அவர்களது, 4 வயதுக்குழந்தை ராம்காவும் ''அப்பா! எனக்கும் புது கொலுசு வேணும்'' என்றாள்.

கவிதா முந்திக் கொண்டு ''அப்பா வாங்கித் தருவார் அல்லது நான் வாங்கித் தர்றேன். ''நீ தான் எங்க செல்லப்பிள்ளையாச்சே. பேர் கூட புதுசா இராம்காணு வச்சிருக்கிறார்ல உங்கப்பா.''

''பேர்ல என்ன குறைச்சல், என்பேர்ல முதல்ல இருக்கிற இராம் உன் பேர்ல இருக்கிற முதல் எழுத்தும் சேர்த்து இராம்காணு வச்சேன். எல்லோருக்கும் பிடிச்சுப் போச்சு. சினேகா, பூமிகா, கனகா மாதிரி- தான் இதுவும்.''

''சரி! சரி! குழந்தையைப் பற்றி பேசினா குஷியாகி விடுவீங்களே. சமைக்க நேரமாச்சு. அல்லது இப்ப ஹோட்டல்ல போய் சாப்பிடு- வோமா?'' என்று கேட்டாள்.

''நாளைக்கு ஞாயிற்றுக்கிழமை வேணும்ன்னா சினிமா பார்த்- துவிட்டு வழக்கம்போல் ஓட்டல்ல சாப்பிடலாம். பிறகு டிரஸ் எடுத்திட்டு வந்திடலாம். நான் பணத்துக்கு ஏற்பாடு செய்கிறேன்'' என்று கூறிப் புறப்பட்டான்.

இராம்கணேஷ் என்ற கணேசனுக்கு சொந்த ஊர் மதுரை அருகிலுள்ள ஒரு பெரிய கிராமம். பெற்றோர் விவசாயம் செய்கின்றனர். பிளஸ் 2 வரை அதே ஊரில்தான். பெற்றோர் கருணையில் இளங்கலை (விவசாயம்) படிப்பு முடித்தான். பிறகு அகில இந்திய அளவில் நடந்த தேர்வில் வெற்றிபெற்று ஸ்காலர்சிப் உதவியுடன் பெற்றோரின் பண உதவி இல்லாமல் மேற்படிப்பு முடித்- தான். பின்னர் ஒரு வருடம் தற்காலிகப் பணி. அதில் சம்பாதித்த பணத்தை வைத்து பிஎச்டி படிக்க ஆரம்பித்தான்.

பிஎச்டி படிக்கும்போது பணக்கஷ்டம் மிக அதிகம். உறவினர்கள், நண்பர்கள் பலரிடம் ரூ50,000 வரை கடன் பெற்று படிப்பு முடிந்தது.

உடனே ஆராய்ச்சி உதவிப்பணியில் தற்காலிகமாக ரூ.5,000 சம்பளத்தில் சேர்ந்தான். பின்னர் சில மாதங்களில் திருமணம். ஓராண்டில் அதே வேலையில் 6500 ரூபாய் சம்பளம் இப்படி அடுத்த மூன்றாண்டுகள் முடிந்துவிட்டன.

இந்நிலையில் கடந்த ஆண்டில் நிரந்தரப் பணிக்கான வாய்ப்பு வந்தது. கணேசனுக்கு தொகுப்பு ஊதியப்பணிதான் கிடைத்தது. ஐந்தாண்டு அனுபவம். மெரிட், மெடல்கள், அவார்டுகள், எழுதிய புத்தகம் மற்றும் கட்டுரைகள் இருந்தும் நிரந்தரப் பணி கிடைக்கவில்லை. மிகுந்த மனவேதனையில் மாதம் 8000 ரூபாய் சம்பளத்தில் குடும்பம் ஓடிக் கொண்டிருந்தது. தற்போது கடன் முழுவதும் அடைத்துவிட்டான். மற்ற வருமானமில்லை. கடந்த ஒரு வருடமாக மாமனார் மாதம் 2000 ரூபாய் கொடுத்து உதவியது ஆறுதலாக இருந்தது.

இப்படிப்பட்ட சூழ்நிலையில் வரும் பொங்கலுக்கு மனைவி பட்டுப்புடவை கட்டாயமாகக் கேட்டது கஷ்டமாக இருந்தது. எவ்வளவு சொல்லியும் புரிந்து கொள்ளவில்லை. எனவே தான் கடந்த சில வருடமாக சொல்ல நினைத்ததை சொல்லிவிட வேண்டுமென்று தீர்மானித்தான். நினைத்ததைப் போல் அன்றிரவே மாமனார் ஊரிலிருந்து வந்துவிட்டார்.

தனக்கும், மனைவி, குழந்தைக்கும் புதிய ஆடைகள் கொடுத்தார்.

உடனே கவிதா "அப்பா, இவர் எனக்கு சேலை எடுத்துத் தர மாட்டேன்கிறார்" என்றாள்.

மாமா தன்னைப் பார்ப்பதை அறிந்த கணேசன் நாளைக்குப் போய் எல்லாருக்கும் துணிமணிகள் எடுக்கணும். எனக்கு மட்டும் வேண்டாம். நீங்க எடுத்தது போதும். நீங்களும் வாங்க போகலாம்" என்றான்.

"அவர்தான் நாளைக்குப் போகலாம்னு சொல்றார்ல" என்றார். மகளைப் பார்த்து. ஆனால் கவிதாவோ பட்டுச்சேலை என்று விட-ராப்பிடியாக இருந்தாள்.

கணேசன் மாமனாரைப் பார்த்து "இப்ப ரெண்டு சேலை எடுத்திருக்கீங்க. நான் நாளைக்கு வாங்கிறத சேர்த்து மூன்று சேலை ஆச்சு. பெர்மனன்ட் வேலை இன்னும் இரண்டு மூணுமாசத்தில் கிடைச்சிடும். பிறகு எடுத்துத்தரேன்னு சொன்னேன்."

"நான் மாசாமாசம் 2000 ரூபாய் தர்றேன்ல. வேணும்ன்னா இந்-தாங்க ஐயாயிரம். இந்த பொங்கல் பரிசா நினைச்சுக்கோங்க" என்று கூறி பணத்தை எடுக்க முற்பட்டவரிடம் கணேசன்,

"மாமா, இப்படி நாங்க கேட்காமலே நீங்க பணம் தர்றதாலதான் கவிதாவுக்கு பொறுப்பு வரல. பணத்தோட அருமை அவளுக்கு தெரியவில்லை. கிடைக்கிற வருமானத்தில குடும்பம் நடத்தி சிக்-னமாக இருக்கணும்னு நான் நினைக்கிறேன். ஆனா எங்க அப்பா கொடுக்கிறார்ல்னு சொல்லிச் சொல்லி தேவையில்லாத செலவு செய்றா. இருக்கிற நூற்றுக்கணக்கான சேலைகள் பீரோவுல சும்மா பயன்படுத்தாம இருக்குது. இது போதாதுன்னு எனக்கும் அதிகமாக டிரஸ் எடுங்கனு சொல்றா. எனக்கு இருக்கிற இருபது டிரஸ் போதும். இதுவே அதிகம்னு தோணுது.

மேலும் வாழ்க்கைல கஷ்டமான காலங்களில் சிக்கனமாக இருக்கப் பழகிட்டா பிற்காலத்தில் நல்லாயிருக்கலாம். இந்த தற்க-ாலிக பணிக்காலமான இரண்டு வருசத்தை சிக்கனமாக செலவு செய்ற சந்தர்ப்பமாக பயன்படுத்திக்கிறேன். கவிதாவுக்கு விருப்பமிருந்-தால் எனக்கு நல்ல சம்பளம் கிடைக்கிற வரைக்குமாவது வேலை-லக்குப் போகட்டும், அப்பத்தான் அவளுக்கு பணத்தோட மதிப்பு தெரியும். இந்த நவீன காலத்துல தேவை இருக்கும்போதாவது பெண்கள் வேலைக்குப் போகட்டுமே. சூழ்நிலைக்குத் தகுந்தவாறு தேவைப்படும் போது வாழ்க்கைல இரட்டைச் சம்பளம் அவசியம்" என்றான்.

மேலும் கணேசன் நிறுத்தாமல் "பொங்கல்ங்கிறது உழைத்துக் கிடைக்கிற பணத்தில சந்தோசமாக இருக்கிறதுதான். நீங்க இப்படி பொங்கல் பரிசா, கொடுக்கிற இந்த எக்ஸ்ட்ரா பணம் எனக்கு வேண்டாம். தயவு செஞ்சு புரிஞ்சுக்கோங்க. உங்க நல்ல மனசுக்கு நன்றி" என்றான்.

கவிதாவுக்கு வாழ்க்கையின் சூட்சுமம் புரியத் தொடங்கிவிட்டது.

நடிப்பு

காவலர் சந்திரனின் ஒரே மகன் கண்ணன். பிளஸ் 2 படித்து முடித்தவன். புத்திசாலி. கடந்த ஒரு வாரமாக அவனது போக்கில் விரும்பத்தகாத மாற்றம். குடிபோதைக்கும், புகைப்பழக்கத்திற்கும் அடிமையாகிவிட்டதாக அவனது நண்பர்கள கூறக்கேட்ட கண்ணனின் பெற்றோர் மிகுந்த கலக்கம் அடைந்தனர்.

இரவு செக்போஸ்ட் டியூட்டியை முடித்துவிட்டு காலை எட்டு மணிக்குத்தான் சந்திரன் வந்தார். மனைவியிடம் "இன்றைய கலெக்சன் 500 ரூபாய்" என்று சொல்லி 400 ரூபாய் கொடுத்தார். வழக்கம்போல் அதிகம் குடித்திருந்தார்.

"ஏங்க, நம்ம பையன் நேத்து குடிச்சிட்டு வந்திருந்தான்" என்று மெதுவாக சந்திரனிடம் சொன்னாள் அவன் மனைவி.

"ஏண்டா! நேத்து குடிச்சியா? என்னடா புதுப்பழக்கம் இது".

"நீங்களும்தான் குடிக்கிறீங்க.... என்னை மட்டும் ஏன் குடிக்க வேண்டாம்னு சொல்றீங்க" என்று எதிர்கேள்வி கேட்டான் கண்ணன்.

"நான் போலீஸ்காரன்டா. அதுவும் செக்போஸ்ட்ல வேலை செய்றேன். அப்படித்தான் இருப்பேன்."

"நீங்க வெளியிலதான் போலீஸ்; வீட்ல எனக்கு அப்பா; நீங்கதான் வழிகாட்டியா இருக்கணும். அதவிட்டுட்டு..."

"என்னடா சொன்ன" என்று அடிக்கக் கையை ஓங்கினார் சந்திரன்.

"என்னை அடிக்காதீங்க. இதுவர ஒரு நாள் கூட அடிச்சதில்லை. நீங்க செக்போஸ்ட்ல தினம் தினம் வர்ற லாரி, வேன் டிரைவர்கிட்ட 10, 20, 50 ரூபாய்னு லஞ்சமா கலெக்சன் பண்றீங்க. அவுங்க நியாயமா லோடு கொண்டு போனாலும் கலெக்சன் பண்றீங்க. கடத்தினாலும் காசு வாங்கிட்டு விட்றீங்க. இது உங்களுக்கே நியாயமா இருக்கா? அதுபோக தினமும் குடிச்சிட்டு வந்து வீட்ல தொந்தரவு பண்றீங்க. இதெல்லாம் நீங்க நிறுத்தினா நானும் நிறுத்துவேன். இத உங்ககிட்டு சொல்லணும்ம்னு நாலஞ்சு வருசமா நினைச்சேன். குடிச்சாதான் இப்படிப் பேச தைரியம் வருது. நீங்க குடியை நிறுத்தும் வரைக்கும்,

நேர்மையான போலீசா வர்ற வரைக்கும் தினமும் குடிச்சிட்டு வந்து கேட்டுக்கிட்டே இருப்பேன்" என்று உரத்தகுரலில் தீர்மானமாகச் சொன்னான் கண்ணன்.

ஒரு வாரத்தில் சந்திரன் குடியை நிறுத்திவிட்டார். நேர்மையான மனிதராகவும் மாறிவிட்டார். கண்ணன் தனது நண்பர்களுக்கு நன்றி சொன்னான். அவர்கள் சொன்ன பொய்யைவிட கண்ணன் குடிகாரனாக நடத்ததுதான் பிரமாதமாக இருந்தது.

கன்னிப் பயணம்

கோடை விடுமுறை குதூகலம் தொடங்கிவிட்டது. இரண்டு மாத கொண்டாட்டம். மாதச் சம்பளம் வாங்குகிற வசதியான வீட்டுப் பிள்ளைகள் ஊட்டி, கொடைக்கானல், குற்றாலம் என்று புறப்பட்டனர். அங்கு போவதாக பெருமையடிக்கிற பிள்ளைகள், இரயிலில் போவதாகவும் முன்பதிவு செய்துவிட்டதாகவும் பீற்றிக் கொள்கிற பிள்ளைகள். இதையெல்லாம் பார்த்து ஏங்குகின்ற மூத்த பேரனை பரிதாபமாகப் பார்த்தாள் கண்ணம்மாள். மூத்த பேரனுடன் மற்ற மூன்று உடன் பிறப்புகளும் சேர்ந்து வந்து ஆச்சி முன் நின்றன. பன்னிரெண்டு வயது மூத்த பேரன் முகத்தில் ரோசப்பட்ட வைராக்கியம்.

ஆச்சி, இந்த லீவுல கட்டாயம் ரயிலில போகணும். நாலு வருஷமா சொல்லிக்கிட்டுத்தான் இருக்கீங்க. கூட்டிட்டுப் போகவே இல்லை ..

அடுத்த பேரனும் கேட்டான். "எங்கள கூட்டிட்டு போகலேன்னா நான் உங்க கூடப் பேசமாட்டேன் ஆச்சி."

நான்கு வயது பேத்தி அடம் பிடித்தாள். "ஆச்சி.. நானும் ரயிலுக்கு வருவேன்." இரண்டரை வயது பேத்தியும் மழலை மொழியில் இளகியது.

கண்ணம்மாளுக்கும் பேரக்குழந்தைகளை ஒருமுறையாவது ரயிலில் அழைத்துச் செல்ல வேண்டும் என்று ஆசைதான். சித்தாள் வேலை பார்க்கும் தொழிலாளியான தனது கடைசி மகளின் வீட்டில் தானும் சுமையாகக் காலம் கடத்துகிறோமோ என்று தன்னைத்தானே கேட்டுக் கொள்வாள்.

"அம்மா, பேரப் பிள்ளைகளை நல்லாக் கவனிச்சுக்கறே.. உன்னாலதான் நாங்க நிம்மதியா வேலை செய்ய முடியுது. காண்ட்ராக்ட் வேலைனு வாரக் கணக்குல வெளியூர் போனாலும் நீதான் பார்த்துக்கிற, பிறகு எதுக்கு சஞ்சலப்படுற" என்று சமாதானம் சொல்வாள் மகள். "மாமா போய்ட்டதனாலதானே நீங்க இங்க இருக்கீங்க? நீங்க எதுக்கும் கவலைப்பட வேண்டாம். வயசான காலத்துல சந்தோசமா இருங்க" என மருமகனும் மனிதாபிமானத்துடன் பேசுவான்.

"பிள்ளைக ரயில்ல போகணுமாம்" என்றதுமே "இந்தாங்க" என ஐம்பது ரூபாயை நீட்டினான் மருமகன். "இந்தாம்மா எல்லோருக்கும் தின்பண்டம் வாங்கிக்கோ" என மகளும் வாஞ்சையோடு ஐம்பது ரூபாயைக் கொடுத்துவிட்டாள்.

பிள்ளைகள் குதூகலமானார்கள். வரும் சனிக்கிழமை என நாள் குறிக்கப்பட்டது.. உற்சாகத்தோடு எதிர்பார்த்தனர். மதுரையிலிருந்து செங்கோட்டை செல்லும் பாசஞ்சர் ரயிலில் திருமங்கலம் வரை மட்டுமே போய் வருவது என்று முடிவானது. காலை 7.20 மணிக்குக் கிளம்பும் ரயில் அரை மணி நேரத்தில் திருமங்கலம் சென்றுவிடும். பெரியவர்களுக்குக் கட்டணம் நாலு ரூபாய், சிறியவர்களுக்கு மூன்று ரூபாய். மூன்று பெரியவர்கள், இரண்டு குழந்தைகள் மொத்தம் ஐந்து பேருக்கும் சேர்ந்து போகவர செலவு ரூபாய் முப்பத்தாறு மட்டுமே. கண்ணம்மாளைப் பொறுத்தவரை இந்தச் செலவு அதிகமே. தின்பண்டச் செலவு வேறு. ஆனாலும் குழந்தைகள் சந்தோசத்திற்கு முன்பு இதெல்லாம் சாதாரணம் என்று நினைத்துக் கொண்டாள். திருப்பரங்குன்றத்தில் கோவிலுக்குச் செல்வது, பூங்காவில் விளையாடுதல், குளத்தில் குளித்தல் போன்றவை நிகழ்ச்சித் திட்டங்கள். பணக்காரர்களின் கோடை விடுமுறை சுற்றுலாத் திட்டம் போல எல்லா ஏற்பாடுகளும் தயார்.

சனிக்கிழமை வந்துவிட்டது. அதிகாலை ஐந்து மணிக்கே எழுந்து புளிச்சாதம், தயிர்சாதம், அவித்த முட்டை தயாராக்கிக் கொண்டாள். பூந்தி, சேவு, மிக்சர் என வாங்கிய தின்பண்டங்களையும் எடுத்துக் கொண்டனர். அவர்களின் குடிசை வீடு ரயில்வே ஸ்டேஷன் அருகிலேயேதான் இருந்தது. கண்ணம்மாளின் பேரக் குழந்தைகளுக்கு ரயில் என்றால் அவ்வளவு ஆசை, அற்புதம். அதைக் காண்பதே உற்சாகம்.. பொழுதுபோக்கு. தண்டவாளத்தில் விளையாடுவர். ரயில் பயணிகளுக்கு கையசைத்து டாட்டா காண்பித்து சந்தோசக் குரலில் கூத்தாடுவர். சக குழந்தைகளுடன் ஒருவர் பின் ஒருவராக நெளிந்து நெளிந்து ஓடி ரயில் விளையாட்டும் விளையாடுவர். இவர்களின் ரயில் பயண ஆசை இப்போது நிறைவேறப் போகிறது. குழந்தைகள் சந்தோச இறக்கை கட்டிப் பறந்தனர்.

ரயில் 6.40-க்கு எட்டாவது பிளாட்பாரத்தில் வந்து நின்றது. திமுதிமுவென்று கூட்டம் உள்ளே நுழைந்தது. கூட்டத்தில் முண்டியடித்துக் கொண்டு கண்ணம்மாளின் பேரன்கள் இருவரும் சன்னலோரம் இருக்கை பிடித்துக் கொண்டனர். மற்ற இரு பெண் குழந்தைகளுக்கும் துண்டு போட்டதால் சன்னலோர

இடம் கிடைத்துவிட்டது. அனைத்துக் குழந்தைகளுக்கும் சன்னலோர இடம் கிடைத்ததில் கண்ணம்மாளும் அலாதியான சந்தோசம் அடைந்தாள். மற்றொரு பெண் பயணி ஒருவர் கூடையை இருக்கையில் வைத்துக் கொண்டு மற்றவர்களுக்கு இடம் தர மறுத்தாள். திருமங்கலத்தில் ஏறவிருக்கும் தன் தங்கைக்காக இப்போதே இடம் பிடித்துக் கொண்டாள். "ஏம்மா, திருமங்கலம் வர அரை மணி நேரம் இருக்கு, நாங்களெல்லாம் நின்னுகிட்டு வர்றோம். அந்த சூட்கேஸ் உட்கார சிம்மாசனம் கேக்குதா? திருமங்கலம் வரை உட்கார்ந்துக்கிறேன்" என ஒரு பெரியவர் அன்பாக இடம் கேட்டுப் பார்த்தார். அப்பெண் அடம் பிடிக்கவே கூடையைத் தூக்கி உயரத்தில் போட்டுவிட்டு பெரியவரை இருக்கையில் திணித்தனர் சகபயணிகள் இருவர்.

இந்தக் களேபரங்களும் நெருக்கடிகளும் தங்களைக் கட்டுப்படுத்தாது என்பது போல் குழந்தைகள் குதூகலமாக வேடிக்கை பார்த்து மகிழ்ந்தனர். அடுத்த தண்டவாளத்தின் அடியில் எலிகள் எக்காளமிட்டுத் திரிந்தன. "பாப்பா, இங்க பாரு பெரிய எலி இருக்குது. அங்க பாரு அந்த ரெண்டு குட்டி எலி தலய நீட்டி எட்டி எட்டிப் பாக்குது." கண்ணம்மாவின் பேத்திகள் எலியைப் பார்த்து மகிழ்ச்சிச் சிரிப்பில் கரைந்தனர்.

ரயில் கிளம்பத் தயாரானது. ஒரு நடுத்தர வயது தம்பதியர் பத்து வயதுக் குழந்தையுடன் ஓடி வந்தனர். தத்தளித்து ஏறிக் கொண்டனர். அவர்களின் உடையிலும் நகைகளிலும் பணக்காரத்தனம் பளிச்சிட்டது. சிறுமியின் கைவிரல்களில் மோதிரங்கள், கைகளில் வளையல்கள், காதில் பெரிய கம்மல், கழுத்தில் நீண்ட செயின் என ராமநாராயணனின் அம்மன் குழந்தைபோல் மின்னினாள். கூட்டத்தை விலக்கிக் கொண்டு கண்ணம்மாவின் அருகில் வந்து நின்று கொண்டனர்.

'இப்பவே இவ்வளவு கூட்டமா இருக்கே, குற்றாலம் வரை நின்னுகிட்டுத்தான் போகணுமா?' எரிச்சலுடன் பெண்மணி தன் கணவனிடம் அங்கலாய்த்தாள். 'எப்படியாவது இடம் பிடிச்சிரலாம் பொறு' என்று சமாதானப்படுத்தினான் கணவன்.

வெளியே வேடிக்கை பார்ப்பதை நிறுத்திவிட்டு கண்ணம்மாளின் பேரக் குழந்தைகள் அனைவரும் ஏதோ தெய்வத்தைப் பார்ப்பதுபோல் சிறுமியை வாய் பிளந்து பார்த்தனர். மூத்த பேரன் அரைக் கண்ணால் ஒரப்பார்வை பார்த்துவிட்டு வெளியே பார்க்கத் துவங்கினான். குழந்தைகள் சன்னல் வழியே கையசைத்து யாருக்கோ டாட்டா காண்பித்து பரவசப்பட்டனர். தின்பண்டங்களை எடுத்துக் கொறிக்கத் துவங்கிவிட்டனர்.

பணக்கார மனிதர் நான்கு பிள்ளைகளையும் கண்ணாம்மாளின் பேரக் குழந்தைகள் எனப் புரிந்துகொண்டார். மனதினுள் திட்டமிட்டார். கண்ணம்மாளிடம் மெதுவாக பேச்சுக் கொடுத்தார். பாட்டி "நாங்க குற்றாலம் வரை போகணும். இன்னும் மூணு மணி நேரம் ஆகும். கூட்டம் அதிகமா இருக்கு. அதுவரை நின்னுகிட்டே போக முடியாது. நீங்க எந்திரிச்சிக்கிட்டு எங்க மூணுபேருக்கும் இடம் கொடுங்களேன். வேணும்ன்னா நூறு ரூபாய் தர்றேன்.." என மெல்ல தூண்டிலைப் போட்டார். ரூபாய் நோட்டை எடுத்து கண்ணம்மாளிடம் நீட்டவும் செய்தார்.

கண்ணம்மாவுக்கு சபலம்தான். நடப்பவற்றை அமைதியாகக் கவனித்து வந்த மூத்த பேரன், "ஆச்சி, அந்தப் பணத்தை வாங்காதீங்க, நாங்கள்லாம் சன்னலோரம் இருக்கோம். பணம் வேணாம்" என கோபத்துடன் ஆனால் நிதானத்துடன் கூறினான்.

கண்ணம்மாளுக்கு அதிர்ச்சியாய் இருந்தது. பேரனின் ரோசத்திலும், சீற்றத்திலும் வியர்வையின் தகிப்பு தெரிந்தது.

சந்தைகள் பலவிதம்

கல்லூரிப் பேருந்தில் பொன்தேவி அவசர அவசரமாக ஏறிக் கொண்டாள். பேருந்து கிளம்பியது. சக அலுவலர்கள் வழக்கம் போல உற்சாகத்தோடு பயணித்தனர்.

தனக்கு நேர்ந்த அவமானத்தை பொன்தேவியால் தாங்கமுடிய வில்லை. மனசு அக்கினிச் சிறகுகளாய் தகித்தது. இன்று இவளைப் பெண் பார்த்து நிச்சயம் செய்ய வருகிறார்கள். இந்த விசயத்தை கல்லூரியில் யாரிடமும் சொல்லவில்லை. இந்த நாளில் இப்படி நடந்துவிட்டதே...

பெண் பார்க்கும் படலம் தொடர்கதையாய்த் தொடர்கிறது. வயது முப்பதைத் தாண்டிவிட்டது. அக்காவின் திருமணம் முடிந்த நான்கு வருடங்களில் சுமார் முப்பது பேராவது வந்திருப்பார்கள். ஒவ்வொரு முறையும் வருகிறவர்கள் ஏதாவது ஒரு காரணம் சொல்லி நழுவி விடுகின்றனர். இத்தனைக்கும் தேவிக்கு எதிலும் குறைவில்லை. படிப்பு பொறியியலில் முதுகலைப் பட்டம். தனியார் பொறியியல்கல்லூரியில் விரிவுரையாளர்வேலை. மிதமான சம்பளம். அழகிலும் மாநிறத்தில் நேர்த்தியான கிராமப்புற அழகுதான். அறிவிலும் உச்சம்தான். பிளஸ் 2 -வில் மாவட்டத்தில் மூன்றாவதாக வந்தவள்.

தேவியின் தந்தை நடுத்தர விவசாயி. மூத்த பெண் பிளஸ் 2 வரை மட்டும் படித்தாள். மற்றொரு அக்கா, அண்ணன், தேவி பொறியாளராகி விட்டனர். படிக்காத அக்காவுக்கு இருபது பவுன் போட்டுக் கரையேற்றி விட்டார் அப்பா. இரண்டாவது பெண்ணுக்கு முப்பது பவுன். தேவிக்கும் முப்பது பவுன் வரை நகைகள் தயாராக இருந்தும் பெண்பார்க்க வருகிறவர்கள்,

இவ்வளவு பெரிய படிப்பு படிச்ச பொண்ணுக்கு ஐம்பது பவுனாவது போட்டாத்தான் நம்ம சாதியில மதிப்புன்னு சொல்லி தட்டிக்கழித்து விடுவர். திருமணச் சந்தையில் படிப்பு, வேலை, அழகு... என பெண்மீது தான் எத்தனை நிர்ப்பந்தங்கள் என பொன்தேவியின் சிந்தனை ஓடியது.

அவள் பணிபுரியும் கல்லூரி பதினைந்து ஆண்டுகளுக்கு முன்பு ஒரேயொரு பொறியியல் கல்லூரியாகத் தொடங்கப்பட்டது. தற்போது சகல அதிகாரங்கள் படைத்த தன்னாட்சி பல்கலைக் கழகமாக உருவெடுத்துவிட்டது. கல்வி வியாபாரச் சந்தையில் முன்னணித் தொழிற்சாலையாக மாறிவிட்டது. பொறியியல்

படிப்புடன் கலை, அறிவியல், ஆசிரியர் பயிற்சி, நிர்வாகவியல், வேளாண்மை, மருத்துவம் உட்பட சகல படிப்புகளும் ஒரே இடத்தில் குவிந்துவிட்டன. மருத்துவ முதுநிலைப் படிப்புக்கு அனுமதி வாங்கவே பத்து கோடி வரை லஞ்சம் என பேச்சு அடிபடுகிறது.

இவர்களது விளம்பரங்கள் செய்தித்தாளில் முதல் பக்கம் முழுவதையும் பல வண்ணங்களில் ஆக்கிரமித்து விடுகின்றன. ஏழு வருடங்களுக்கு முன்பு பட்டமளிப்புவிழாவிற்கு வருகை புரிந்த அன்றைய ஜனாதிபதி மேதகு அப்துல்கலாம் அவர்களின் புகைப்படம் எல்லா விளம்பரங்களிலும் இன்றும் தொடர்கிறது.

இந்த பல்கலைக்கழகத்தில் பத்து வருடங்களுக்கு முன் பொன்தேவி விரிவுரையாளராகச் சேர்ந்தாள். சொந்த ஊருக்கு அருகிலேயே உள்ளதால் இவர்கள் கொடுக்கும் சொற்பக் சம்பளம் போதுமானதாகத் தெரிந்தது. பல்கலைக்கழக மானியக்குழு குறிப்பிடும் சம்பளத்தில் பாதிகூட ஆசிரியர்களுக்கு வழங்கப்படுவதில்லை. பொன்தேவி அர்ப்பணிப்புடனும் ஆர்வத்துடனும் பாடங்கள் போதித்தாள். மாணவ மாணவியர்களில் பெரும்பாலோருக்குத் தான் கேட்பதில் ஆர்வம் இல்லை. குறைவான மதிப்பெண்களுடன் பணத் திறமையால் கல்லூரியில் நுழைந்தவர்கள் அவர்கள்.

அவர்களில் ஒருத்திதான் செல்வி. கல்லூரி முதல்வருக்கு நெருங்கிய சொந்தமாம். பத்து பாடங்கள் வரை தேர்ச்சி பெறாததால் நான்காண்டு பொறியியல் படிப்பை ஆறு ஆண்டுகள் கழித்துதான் முடித்திருக்கிறாள். அதுவும் பொன்தேவியிடம் தனிப்பயிற்சி பெற்றதால்தான். அவ்வப் போது கல்லூரி முதல்வரும் செல்வி மீது தனிக்கவனம் செலுத்துமாறு பொன்தேவியை நச்சரித்துக் கொண்டேயிருந் தார்.

இன்று இவளைப் பெண்பார்க்கவரும் தினத்தன்று தேவியை வேலையிலிருந்து நீக்கிவிட்டனர். சக தோழிகள் இருவர் உட்பட மொத்தம் ஐந்து பேர் வேலை நீக்கம். இவர்களுக்குப் பதிலாக வேறு ஐவரை பல்கலைக்கழக நிர்வாகம் நியமித்துள்ளது. அவர்கள் பத்தாயிரம் ரூபாய் சம்பளத்திற்கு பணியில் சேரத் தயாராக இருந்தார்களாம். பொன்தேவி போன்ற அனுபவமிக்க ஆசிரியர்களுக்கு இருபதாயிரம் வரை தரவேண்டுமே! வேலை நீக்கத்திற்கு இதுதான் காரணம். புதிதாக வேலையில் சேர இருப்பவர்களில் செல்வியும் ஒருத்தி என்ற செய்தியை தேவியால் தாங்கிக் கொள்ளவே முடியவில்லை.

கனத்த மனத்துடன் வீடு வந்து சேர்ந்தாள் தேவி. தரகர், உறவினர்கள் உட்பட சுமார் பதினைந்து பேர் குவிந்திருந்தனர். பெண்

பார்க்கும் படலம் அரங்கேறியது. சம்பிரதாயங்கள் நிறைவேறின. தன் சக்திக்கு மீறி ஐம்பது பவுன் நகைபோட பொன்தேவியின் தந்தை சம்மதித்ததும் வந்திருந்த அனைவருக்கும் தேவியைப் பிடித்துவிட்டது.

எல்லாம் சுபமே என முடிய இருந்த தருணத்தில் வேலையிலிருந்து தான் நீக்கப்பட்ட உண்மையைப் போட்டு உடைத்தாள் தேவி.

மாப்பிள்ளைவீட்டார் ஒருவரையொருவர் பார்த்துக் கொண்டனர். தனியாகப் போய் சிறிது நேரம் பேசிவிட்டுத் திரும்பினர். வேலை கிடைத்த பிறகு திருமணம் பற்றிப் பேசலாம் எனக் கூறி கிளம்பிவிட்டனர்.

வேலைவாய்ப்புச் சந்தை பற்றி நொந்து கொண்டிருந்த தேவிக்கு இந்த திருமணச் சந்தை வறண்ட புன்சிரிப்பைவரவழைத்தது. படித்து முடித்த பிறகு பத்தாண்டுகள் முதிர்கன்னியாய் வரதட்சணைக்காக உழைத்த தேவி இனி 'வருபவனுக்காக' வேலை தேடிக்கொள்ள ஆயத்தமானாள்.

லாபக்காய்

சித்திரை மாதத்து அதிகாலைப் பொழுது. இருளை விலக்கி ஒளிக்கற்றைகளை வெளியிடத் தொடங்கியது சூரியன்.

ராமசாமி தென்னந் தோப்புக்கு நடுவே கவலையோடு காத்திருந்தார்.

"தேங்காவெட்டுக்காரங்களை இன்னும் காணலயே.. காலைல ஆறு மணிக்கே வந்திடுவோம்னு சொன்னாங்க. மணி ஏழு ஆகப் போகுது" என மனதிற்குள் சொல்லிக் கொண்டார். எண்பது வயதைத் தொட்டுவிட்ட சிறு விவசாயிதான் ராமசாமி. ஆரம்பகாலக் கட்டங்களில் கமலை இறைத்து தற்போது மின்சார மோட்டார் மூலம் நீர்ப்பாசனம் செய்வது வரை சுமார் அறுபது ஆண்டுகளாக விவசாயம் செய்து வருபவர். மகன்கள் யாரும் விவசாயம் செய்ய முன்வராததால் தானே விவசாயத்தைத் தொடர வேண்டிய நிலையில் இருப்பவர்.

மனைவி பாண்டியம்மாளும் வயலுக்கு வந்து விட்டார். "என்னங்க, மணி ஏழரை ஆயிட்டு. இன்னும் அவுங்க வரலியா, காலா காலத்தில வெயிலுக்கு முன்னாடி வெட்டிட்டா நிம்மதியாப் போகும்" என ஆதங்கப்பட்டார்.

"சாப்டீங்களா? இன்னும் கொஞ்சம் சாப்பிட்டுக்கோங்க. வெட்டு ஆரம்பிச்ச பிறகு சாப்பிட நேரமிருக்காது" வாஞ்சையோடு கணவரிடம் கேட்டாள்.

கடைசியில் ஒன்பது மணிக்கு இரண்டு தேங்காய் வெட்டுக்காரர்களும் ஒரு வேலையாளும் வந்துவிட்டனர். ரெண்டே மணி நேரத்தில் ஒரு ஏக்கர் வயல் முழுவதும் தேங்காய் வெட்டு முடிந்துவிட்டது. வெட்டுக்காரர்கள் கிளம்பத் தயாரானார்கள். தரமான கூலிக்காய்களாக ஆளுக்கு பத்து வீதம் எடுத்து கொண்டனர்.

"அய்யா... வர்றோம். சம்பளம் இந்த மாதத்திலிருந்து முந்நூற்றி அம்பது ரூபா. சாய்ந்தரம் வந்து வாங்கிக்கிடட்டுமா?"

ராமசாமியும் கூலி உயர்வை ஏற்றுக்கொண்டார். இன்னொரு தோப்புக்கு வெட ப்போகணும்னு இருவரும் கிளம்பிவிட்டனர். ராமசாமியும் பாண்டியம்மாளும் தேங்காய்களை சேகரித்தனர். வேலை யாள் அவற்றைக் கூடையில் அள்ளி மாட்டு வண்டியில் கொட்டினார். வண்டியில் தேங்காய்கள் நிறைந்து கொண்டிருந்தன.

மதியம் பழைய சோற்றை சாப்பிட்டனர். இராமசாமி சிறிது நேரம் கண்ணயர்ந்தார்.

பெத்த பிள்ளைங்ககூட நமக்கு ஒத்தாசைக்கு வரலியே... அடுத்த தலைமுறையில் விவசாயம் செய்ய யார்தான் வருவா இந்த மண்ண யார் காப்பாத்த..? தூக்கத்திலும் அவருக்கு இதே கவலை.

மாலை ஆறு மணிக்கு மேல் ஆகிவிட்டது. எல்லா தேங்காய் களும் வண்டியில் ஏற்றப்பட்டு விட்டன. இராமசாமி முன்பக்கம் ஏறி காளைகளை விரட்டி வண்டி ஓட்டினார். இராமசாமி பாண்டியம்மாள் தம்பதியர் போல் மாடுகளுக்கும் வயதாகிவிட்டால் வண்டி மெதுவாகத்தான் நகர்ந்தது. இரண்டுமே கோதுமை நிற செவலக் காளைகள். ஒன்று விரிந்த கொம்புகளுடன் குட்டையானது. மற்றது குறுகிய கொம்புகளுடன் சற்றே உயரம். பதினைந்து வருடங்களுக்கும் மேலாக இரண்டும் இணைந்தே 'மாடாய்' உழைத்து வருகின்றன.

இரவு ஏழுமணியைத் தாண்டிவிட்டது. தேங்காய்க் கடை. தேங்காய்கள் வண்டியிலிருந்து கொட்டப்பட்டன. காய்கள் பெரிதாக தரமானதாக இருந்ததால் கடைக்காரருக்கு முகமெல்லாம் பல். டொரினோ வரவழைத்தார். குளிர்பானத்தை அருந்தினாலும் திக்திக் கென்று இராமசாமியின் மனசு பட படத்தது. வாங்கிய கடனில் கழித்து விடுவாரோ என்ற உள்ளூர பயம். தவிர்க்க முடியாக ஏகப்பட்ட செலவுகள் அவரைச் சூழ்ந்து கொண்டிருந்தன.

கடைக்கார வேலையாள் படுவேகமாக தேங்காய்களை எண்ணி கடைக்குள் வீசினார். அவ்வப்போது சிறியதும் குலுங்காத வையாகவுமாக இருந்த காய்களை தனியாக ஒதுக்கி வைத்தார். இராமசாமி குறுக்கிட்டு, "தம்பி, நல்ல காயெல்லாம் ஒதுக்காதப்பா. இந்தக் காய் குலுங்குது பாரு" என்று கையில் ஒரு தேங்காயை எடுத்து சுண்டிப் பார்த்துக் கூறினார்.

கடைக்காரரும், "இவர் நம்ம கடையிலதான் இருபது வருசமா தேங்கா போடுறார். பாத்து எண்ணுப்பா" என்றார். காய்கள் எண்ணி முடிக்கப்பட்டு விட்டன. மொத்தம் 1310 காய்கள். ஒதுக்கி வைக்கப்பட்ட கழிவுக் காய்கள் சுமார் ஐம்பது இருக்கும். அவற்றிலிருந்து எட்டு காய்களை எடுத்து, "இந்த காயெல்லாம் குலுங்குதுப்பா. இதுக்கு என்ன குறச்சல்? இதையும் எண்ணிக்கையில சேருங்க. நான் தான் பொடிக்காயெல்லாம் வயல்லேயே பிரிச்சிட்டு ரெண்டு சாக்குல வண்டியில வச்சிருக்கேன் பாருப்பா" என்ற இராமசாமியின் கெஞ்சலுக்கு பலனிருந்தது. அந்த எட்டு காய்களும் எண்ணிக்கையில் சேர்க்கப்பட்டுவிட்டன.

"ரேட் எப்படியிருக்குப்பா" - இராமசாமி ஆவலோடு கேட்டார்.

"ரெண்டு நாளா டல்லா இருக்குண்ணே."

தேங்காய் வெட்டுற நாட்களில் இருபது வருசமாக இதே பதிலைக் கேட்டு ராமசாமிக்கு சலிப்பு ஏற்பட்டது.

"ரெண்டு நாளுக்கு முந்தி, நல்ல விலை இருக்கு, தேங்காவெட்டுங்கன்னு நீ தானப்பா சொன்ன? இப்ப இப்படிச் சொல்றியே. விலையப் பாத்துப் போடு. நம்ம காய் நல்ல காய்ப்பா."

"அதாண்ணே, உங்களுக்கு ரெண்டு எம்பது போடுறேன்."

"நேத்து தானப்பா பக்கத்து வயல் மாடசாமிக்கு மூணு பத்துன்னு போட்டியாம். அதவிட நல்ல காய் இதுக்கு இவ்வளவு குறச்சி வில சொல்றியே?"

ராமசாமியின் நீண்ட நேர கெஞ்சலுக்குப் பிறகு மூன்று ரூபாய் என கடைக்காரரால் விலை நிர்ணயிக்கப்பட்டது. ராமசாமிக்கு உள்ளூர வருத்தம்தான். வேறு வழியில்லை. தன் பரிதாபமான நிலையை எண்ணி நொந்து கொண்டார்.

விளைய வைக்கிறது நாம. விலையை வைக்கிறது இவுங்க. என்ன நியாயமோ? காய் மூணு ரூபாய்னு வாங்குறான். ஆனா கடையில பத்து ரூபா விக்குது. இடையில கமிசன், லாபம் அது இதுன்னு ரெண்டு மடங்குக்கு மேலே லாபம் பாக்கிறாங்க..

கடைக்காரர் சிட்டையை நீட்டி, "எவ்வளவு வேணும்? பாதி ரூபாய கடனில கழிச்சிக்கிட்டுமா?"

"எல்லாப் பணமும் கொடுப்பா. வெட்டுக்காரங்க, வேலை யாளுக்குக் கொடுக்கணும். மதுரை சித்திரைத் திருவிழாவுக்குப் போகணும். நானும் ரெண்டு பேரன்களும் மொட்டை போடுறோம். அடுத்த மாசம் கடனில் கழிச்சுக்கோ."

கடைக்காரர் கொடுத்த பணத்தை எண்ணிய ராமசாமி அதிர்ந்தார். அதில் 2360 ரூபாய்தான் இருந்தது. ஆயிரம் ரூபாய் கடனில் கழித்துக் கொண்டார் கடைக்காரர்.

"என்னப்பா, சிட்டையில 1120 காய்னு எழுதியிருக்கே?"

"லாபக்காய எழுதாம விட்டுட்டேன்ணே."

"1318 காய்க்கு 198 காய் லாபக்காய்னு எடுத்துக்கிட்ட. அத சிட்டையில் எழுதுரல என்ன கஷ்டம்? நூத்துக்கு பதினைஞ்சி சதவீதம் லாபக்காய்னு புடுங்கிக்கிற கொடுமை உலகத்தில வேறு எங்கவும் நடக்காது. குலுங்காத காய்னு நானே ரெண்டு சாக்கு காய் ழுழிச்சிட்டேன். நீங்களும் நாப்பது காய் ஒழுக்கிட்டீங்க. பிறகு எதுக்கு லாபக்காய் கொடுக்கணும்? வெட்டுற காய்ல இவ்வளவு காயை

கழிவுக்காய், லாபக்காய்னு எடுத்துக்கிட்டா எனக்கு என்னதான் மிஞ்சும்?" ராமசாமியின் குரலில் உஷ்ணம் ஏறியது.

கடைக்காரர், "இந்தாங்கண்ணே ஆயிரம் ரூபா. அடுத்த வெட்டுக்கு கடனில் கழிச்சிக்கிறேன்" என விலையில் சலுகை கொடுக்காமல் தவணையில் சலுகை கொடுத்துத் தப்பித்துக் கொண்டார்.

பணத்தை வாங்கிக்கொண்டுபுறப்பட்டார் ராமசாமி. 'கூலி உசந்து போச்சு. உரம், பூச்சிமருந்து, சிமிண்ட், கம்பி, தங்கம், வீட்டு சாமான்கன்னு, முதலாளிகள் தயாரிக்கிற பொருள் எல்லாத்தோட விலையும் தாறுமாறா ஏறிக்கிட்டே போகுது. ஆனா விவசாயி விளைவிக்கிற பொருளுக்கு மட்டும், கொஞ்சம் கூடுதலா வெலை குடுக்க இந்த நாட்டிலே நாதியில்லை' எனப் புலம்பியபடி மாடுகளுக்கு இணையான பசியோடு வீட்டிற்குத் திரும்பினார் ராமசாமி.

அரசுவேலையும் அப்புறமும்

மதியம் ஒரு மணி கடந்துவிட்டது. உணவு இடைவேளையில் அவசர அவசரமாகச் சாப்பிட்டு முடித்தான் இருளப்பன். சக அலுவலரும் நண்பருமான வெங்கடேசனும் தயாரானான். இருவரும் மதியம் அரைநாள் விடுமுறை எடுத்திருந்தனர். கல்லூரியிலிருந்து பேருந்து நிலையம் சென்று பின்னர் கூட்டுறவு வங்கியை அடைய சற்று தாமதமாகித்தான்விட்டது.

ஏற்கனவே அலைபேசியில் தகவல் தெரிவித்து இருந்ததால் வங்கி அதிகாரி இவர்களது கோப்புகளைத் தயாராக எடுத்து வைத்திருந்தார்.

"இன்னைக்கு வெள்ளிக்கிழம. சீக்கிரம் கிளம்ப வேண்டிய மேனேஜர் உங்களுக்காகத்தான் வெயிட் பண்றார். ஐடிகார்டு, ரேசன் கார்டு ஜெராக்ஸ் எல்லாம் கொண்டு வந்திருக்கீங்கள்ல?"

"ஆமா சார்" - இருவரும் ஒரே நேரத்தில் கோரசாகக் கூறினர்.

"பென்சில்ல கிராஸ் பண்ணின இடத்தில எல்லாம் கையெழுத்து போடுங்க. செக்யூரிட்டி இடத்தில உங்க அப்ளிகேசன்ல அவரும், அவர் அப்ளிகேசன்ல நீங்களும் கையெழுத்து போடுங்க". வங்கி அலுவலர் அனுபவத்தின் காரணமாக துரிதமாக வேலை முடிந்துவிட்டது. மேலாளரையும் பார்த்து நன்றி தெரிவித்தனர்.

15 நாட்களுக்கு முன்னர் பூர்த்தி செய்த விண்ணப்பத்தை இங்கு வந்து இருளப்பனும் வெங்கடேசனும் நேரில் சமர்ப்பித்தனர். விபரங்கள் சரிபார்க்கப்பட்டு விரைவில் கடன் கிடைத்துவிடும் என வங்கி அதிகாரி கூறியிருந்தார். அவர் ஒரு வாரத்தில் கடன் ஏற்பாடுகள் செய்திருந்தாலும் இருளப்பனால் செல்ல முடியவில்லை. உடல்நலம் சரியில்லாததால் ஒரு வாரம் மருத்துவ விடுப்பு எடுக்க நேர்ந்துவிட்டது. இன்று தான் வர முடிந்தது.

"ரெண்டு நாளைக்கு முன்னாடியாவது வந்திருந்தீங்கன்னா இன்னைக்கே கையில பணம் கிடைச்சிருக்கும். இதுவரை வந்த அப்ளிகேசனையெல்லாம் சேர்த்து ஒரு குரூப்பா லோன் சென்க்சன் ஆயிடுச்சி. அடுத்த குரூப்ல உங்களுக்கு ரெடி பண்ணிடுறேன். நான் போன் பண்றேன். அன்னைக்கு வாங்க. உடனே பணத்த வாங்கிக்கலாம். மத்தத நாள் பாத்துக்கிறேன்." வங்கி அதிகாரி கூறியதும் இருளப்பனுக்கு சற்று பதற்றமாகத்தான் இருந்தது.

'அரசுப் பணியில நிரந்தர வேலை கிடைச்ச உடனே நம்ம கஷ்ட மெல்லாம் தீர்ந்துவிடும்' என நெடுங்காலமாகக் கனவு கண்ட இருளப்பனுக்கு மேலும் ஒரு கால தாமதம். ஏமாற்றத்தோடு வீடு திரும்பினர். பேருந்தில் பயணிக்கும் போது இருளப்பனுக்கு அரசு வேலை கிடைத்த விதம் கண்முன் தோன்றி எரிகிற நெருப்பில் எண்ணெய் ஊற்றியது போல் மனதை மேலும் சுடேற்றியது.

உலகப் புகழ்பெற்ற பல்கலைக்கழகத்திற்கு உட்பட்ட ஓர் அரசுக் கல்லூரியில் தினக்கூலியாய் ஆரம்பத்தில் வேலையைத் தொடர்ந்தான் இருளப்பன். அப்போது இளநிலைப் பொருளாதாரம் முடித்துவிட்ட இருபத்தொன்று வயது. வறுமையால் மேற்படிப்புக் கனவும் பொருளாதார ஆசிரியராகவோ தணிக்கையாளராகவோ ஆக வேண்டும் என்ற லட்சியமும் நசுங்கிவிட்டன. கல்லூரி விடுதியில் உதவியாளரானான். தட்டச்சும் தேர்ச்சி பெற்று தற்காலிகப் பணியில் தொடர்ந்தான். ஒன்றிரண்டு ஆண்டுகள் இடையிடையே கல்லூரியில் சில துறைகளிலும் மா(ற்)றி மா(ற்)றி தினக்கூலி உழைப்பாகவே வாழ்க்கை நகர்ந்தது.

கணினியுகம் தொடங்கியபோது அதிலும் நிபுணத்துவம் பெற்று மீண்டும் விடுதிக்கே மாற்றப்பட்டான். விடுதியின் அனைத்து வரவு -செலவு கணக்கு, ரசீது இடுதல் என சகல வேலைகளிலும் உதவியாய் இருந்தான். சம்பளம் சொற்பமானாலும் நேர்த்தியான உழைப்பு, நேர்மை, அர்ப்பணிப்புக்கு இலக்கணமாகத்தான் திகழ்ந்தான் இருளப்பன்.

தற்காலிகப் பணியிலேயே இருபது வருடம் கடந்துவிட்டது. இடையில் தட்டச்சர், அலுவலக உதவியாளர் என நிரந்தரப் பணிக்கு நான்கு முறை வாய்ப்புகள் வந்தன. பல்கலைக் கழகத்தில் நடத்தப்பட்ட நேர்முகத் தேர்வுகள் பெரும்பாலும் பணம் கொடுத்தவர்களுக்கே முன்னுரிமை அளித்து மறைமுகத் தேர்வுகளாகிவிட்டன. இலட்சங்கள் இல்லாததால் இருளப்பனின் லட்சியங்கள் நிறைவேறாத நிராசையாக மாறிவிட்டன.

ஒருமுறை நிரந்தர வேலைக்காக ஒரு லட்சத்து ஐம்பதாயிரம் ஒரு முக்கிய நபரிடம் கொடுத்தான். கண்டிப்பாக வேலை கிடைத்துவிடும் என நம்பியிருந்தபோது கடைசியில் வேலை கிடைக்கவில்லை. கொடுத்த பணத்தைத் திருப்பி வாங்க ஆறு மாத காலமாகிவிட்டது. அதிலும் முப்பது ஆயிரத்தை விழுங்கிவிட்டார் அந்த முக்கிய மனிதர்.

நினைவுச் சுமைகளிலிருந்து இருளப்பன் விடுபட்டான். அடுத்த இரண்டு வாரத்தில் வங்கி அதிகாரியிடமிருந்து அலைபேசி அழைப்பு வந்தது.

"இருளப்பன் சார், உங்களுக்கு லோன் சேன்க்சன் ஆயிடுச்சி. நாளைக்கே வரலாம். உடனே பணம் கிடைச்சிரும். வெங்கடேசன் சாரையும் கூட்டிட்டு வந்திடுங்க" வங்கி அதிகாரியின் பேச்சு தேனாய் இனித்தது.

மறுநாள் இருவரும் கூட்டுறவு வங்கியை அடைந்தனர். கையெழுத்துக்கள் இட்டனர். ரொக்கப் பணமாக கைகளில் தவழ்ந்தது. மூன்று லட்ச ரூபாய் கடனுக்கு பதினைந்து சத இருப்புப் பணம் பிடித்தம் போக இரண்டு லட்சத்து ஐம்பத்தைந்தாயிரம் ரூபாய் இருளப்பன் கைகளில்.

"சார், மூணு லட்சம் லோனுக்கு 15 சதம் டெபாசிட் போக மீதி 2,55,000 ரூபாய் நல்லா எண்ணிப் பாத்துக்கோங்க சார்" வங்கி அதிகாரி சர்க்கரையாப் பேசினார். மேலாளர் இல்லை. வெளியில் சென்றிருக்கிறாராம்.

பணத்தை எண்ணி சரிபார்த்துக் கொண்டனர். நன்றி கூறிவிட்டு கிளம்பும்போது வங்கி அதிகாரி,

"சார், ஒரு நிமிசம். வழக்கமா இங்க எல்லாரும் பண்றது தான். ஆளுக்கு ரெண்டாயிரம் கொடுங்க. மேனேஜர் வாங்கச் சொன்னார்."

"சார், நாங்களும் கவர்மென்ட் செர்வன்ட் தான். வெளியில ரொம்ப கடன் வாங்கித்தான் சேர்ந்தோம். அந்தக் கடனை திருப்பிக் கட்டத்தான் லோன் வாங்கிறோம். மத்த கோ ஆபரேடிவ் சொசைட்டில டெபாசிட்டா பத்து பர்சன்ட்தான் பிடிக்கிறாங்க. நீங்க பதினைஞ்சி பர்சன்ட் பிடிச்சீட்டிங்க. உங்களுக்கு வேற ரெண்டாயிரமா… ஒரு ஆயிரம் ரூபா போட்டுக்கோங்களேன் சார்… பிளீஸ்"

ஆளுக்கொரு ஆயிரம் ரூபாய்த்தாளை பணக் கட்டிலிருந்து உருவி வங்கி அதிகாரியிடம் நீட்டினர். அவரும்,

"பரவாயில்ல சார், தேங்ஸ் சார். உங்களப் பாத்தா பாவமா இருக்கு. அதனாலதான் குறைச்சிக்கிட்டேன்"

இருவரும் வெளியேறினர். லஞ்சம் வாங்குவதை 'கடமை' செய்து விட்ட வீரத்தோடு வெற்றிக் களிப்பில் புன்னகைத்துக் கொண்டார் அந்த வங்கி அதிகாரி. அவர் சொன்னது போல் இருளப்பனின் தோற்றமும் நைந்து போன பழைய சட்டை, வெளிறிப் போன பேன்ட், இப்பவோ அப்பவோ மல பிய்ந்துவிடத் துடிக்கும் செருப்புகள் என பரிதாபமாகத்தான் இருந்தது.

இருளப்பன் நேராக வீட்டிற்குச் செல்லாமல், உடனே வட்டிக்கு வாங்கிய நபரிடம் சென்று 2,50,000 கட்டி விட்டான். நன்றி சொல்லி நிம்மதிப் பெருமூச்சுவிட்டான். அடுத்த நாளே தனக்கு நான்கு ஜோடி பேன்ட், சட்டைகள் எடுத்துக் கொண்டான். மனைவி குழந்தைகளுக்கும் புத்தாடைகள் எடுத்துக் கொடுத்தான்.

முன்பு வட்டி மட்டுமே பத்தாயிரம் ரூபாயை தனது சம்பளத்தின் பெரும் பகுதியை மாதமாதம் கொடுத்துவந்த இருளப்பன் தற்போது கூட்டுறவுக் கடனுக்காக அசலும் வட்டியும் சேர்த்து 9,500 ரூபாய் சம்பளத்திலிருந்து பிடிக்கப்பட்டுவிடும். ஓரளவு நிம்மதியானான். இன்னும் ஐந்து ஆண்டுகள் கழித்துத்தான் முழுக் கடனும் அடைபடும்.

இருளப்பன் எதிர்காலத்தை நினைத்தான். ஐந்து வருடம் கழித்து மூத்த மகள் கல்லூரியில் படிப்பாள். அடுத்தடுத்த பிள்ளைகளும் பெரியவர்களாகிவிடுவர். பின்னர் எப்போது சொந்த நிலம் அல்லது வீடு வாங்குவது? கனவுகள் தோன்றி தோன்றி மறைந்தன.

நல்லவேளையாக இவ்வளவு பொருளாதாரச் சிறையிலிருந்து மீள்வதற்காக கடந்த எட்டு வருடங்களாக கல்லூரியில் வேலை முடிந்த பிறகு இரவு பத்து மணி வரை ஒரு ஜவுளிக் கடையில் உழைத்து அன்றாடப் பணத் தேவையை சரிக்கட்டியதை நினைத்துப் பெருமிதம் கொண்டான்.

அரசு வேலை கிடைத்ததும் ஜவுளிக்கடை இரண்டாம் வேலையை விட்டுவிடலாம் என்றிருந்த இருளப்பனுக்கு வேறு வழியில்லை. கிடைக்கிற 13,000 ரூபாய் சம்பளத்துல மூக்கால் வாசிக்கு மேல் கடனுக்காக சென்று விடுவதால் மீதிப் பணத்தை வைத்து குடும்பம் நடத்த முடியாது.

இன்னும் ஐந்து வருடம் ஜவுளிக்கடை வேலையைத் தொடர்வது என தீர்மானித்தான். உழைப்பு எனும் மாமருந்து எதிர்கால நம்பிக்கை ஜோதியாய் மலர்ந்தது.

வெள்ளைத்தங்கம்

ஆவணி மாதம் பிறந்துவிட்டது. கோடையின் கொடுமையான வெப்பம் தணிந்து விவசாயம் தொடங்கும் காலம். மானாவாரி வேளாண்மையில் முன்பருவ விதைப்பு ஏற்பாடுகள் துளிர்விடும் நேரம்.

பருத்தி போடுவமா, வேண்டாமா? பொன்னுச்சாமியின் மனதில் தீர்ப்பு கிடைக்காத பட்டிமன்றமே நடந்தேறுகிறது. பருத்தி சாகுபடி என்றாலும் நாட்டு ரகமா, பி. டி. பருத்தியா? மேலும் ஒரு குழப்பம்.

'நம்ம நாட்டு விவசாயமே பருவ மழையோட சூதாட்டமா இருக்கு. 1996 -லேருந்து 2011 வரை பதினாறு வருசத்தில ரெண்டரை லட்சம் விவசாயிக தற்கொலை செஞ்சிட்டாங்க. இதில் பருத்தி விவசாயிங்கதான் அதிகம். அதுவும் பி. டி. பருத்தி வந்த பிறகுதான் இந்தக் கொடுமை நடந்திருக்கு...' விவசாய சங்கத் தலைவர் பாண்டியன் சொன்னது பொன்னுச்சாமியின் ஞாபகத்துக்கு வந்தது.

"சீலத்தூர்ல (ஸ்ரீவில்லிபுத்தூர்) போய் நாலாம் நம்பர் பருத்தி விதை வாங்கிட்டு வாங்க, போன வருசத்துக்கு முந்தின வருசம் நல்ல விளைச்சல்தான். மிச்சப் பணத்துல ரெண்டாவது பொண்ணுக்கு நகை செஞ்சோம்ல.." மனைவி மாரியம்மாள் நம்பிக்கையோடு வார்த்தைகளைப் பரிமாறினாள்.

"நம்மளே மானாவாரி வெள்ளாம செய்றோம். போனவருசம் ஆறு ஏக்கர் மக்காச் சோளம் போட்டு எழுபதாயிரம் நட்டமாப் போச்சு. வாங்கின விதை அளவுக்குக் கூட விளையல. கிணறு வச்சிருக்கிற நஞ்சை விவசாயிகளே விவசாயத்துல விழி பிதுங்கி நிக்கிறாங்க. நம்மளப் போல மழையை மட்டுமே நம்பியிருக்கிற கஷ்டத்த யார்கிட்ட சொல்ல.. விவசாயத்துக்கு ஆள் வேற கிடைக்க மாட்டேங்குது.." பொன்னுச்சாமி பின்வாங்கினார்.

போன வருசம் விதைப்பு மழை மட்டுந்தான் பெஞ்சது. அப்புறம் மழையே இல்ல. கடுமையான வறட்சியாப் போச்சி. இந்த வருசம் கண்டிப்பா நல்லா மழை பெய்யும். நம்ம குலதெய்வம் இல்லங்குடி அய்யனார் சாமிய மனசில நினைச்சிக்கிட்டு போயிட்டு வாங்க. வெள்ளாம நல்லபடியாக நடக்கும். நம்ம பொண்ணு கல்யாணத்தை யும் முடிச்சிரலாம்.. மாரியம்மாள் ஊக்கப்படுத்தினாள்.

பொன்னுச்சாமி பேருந்து ஏறி கையில் ஒரு சாக்குடன் திருவில்லிபுத்தூர் பருத்தி ஆராய்ச்சி நிலையத்திற்கு வந்து விட்டார். விஞ்ஞானி துளசிராமனைச் சந்தித்தார். பணியாட்கள் விதை சுத்தப்படுத்திக் கொண்டிருப்பதையும் கண்டார்.

"இருபது கிலோதான். இன்னும் ரெண்டு மணி நேரத்தில ரெடியாயிரும். விதைய கிளீன் பண்ணி சாக்குல போட்டு வச்சிருக்கோம். மத்தியானம் சாப்டீங்களா? டவுனுக்குப் போயி சாப்பிட்டு வாங்க, பில்லும் போட்டு வச்சிருக்கோம். வேறு ஏதும் சந்தேகம்னா, இந்தாங்க என் போன் நம்பர், பேசுங்க..." இதமான வார்த்தைகளை விஞ்ஞானி கூறியதும் பொன்னுச்சாமி பணம் கொடுத்துவிட்டு நகரத்திற்குள் வந்தார்.

நகரத்தில் மக்காச்சோளம், பாசிப்பயறு, உளுந்து விதைகள் தேவைக்கேற்ப வாங்கிக் கொண்டார். ஆராய்ச்சி நிலையத்திற்கும் உரக்கடைக்கும் பருத்தி விலையில் வித்தியாசம் இருக்குமா எனத் தெரிந்து கொள்ள நினைத்தார்.

கடைக்காரரிடம், "அண்ணே, எஸ்விபிஆர் 4, எல்ஆர்ஏ, எம்சியு பருத்தி ரகங்கள் இருக்கா" என்று கேட்டார்.

அதெல்லாம் இல்லய்யா, பாக்கெட் விதைதான் இருக்கு. பி.டி. பருத்திதான்..." கடைக்காரர் கூறியதைக் கேட்டுக் கொண்டே கண்ணாடிப் பெட்டிகளை அண்ணாந்து பார்த்தார். விதவிதமான பி.டி.பருத்தி விதைகள். புதிய புதிய பளிச்சிட்ட வண்ணத்தில் பெரிய பருத்திச்சுளைப் படத்துடன் பாக்கெட்டுகளில் கண்ணாடிப் பெட்டிக்குள் நேர்த்தியாய் வரிசையாய் அடுக்கப்பட்டிருந்தன. அவற்றின் பெயரைக் கேட்டாலே சும்மா அதிரும்படியாகவும் அடையாளப் பெயருடனோ அல்லது புகழ்பெற்ற சமகால நடிகைகளின் பெயரிலோ இருந்தன.

மதியம் கதிரவன் உணவகத்தில் சாப்பிட்டுவிட்டு ஆராய்ச்சி நிலையத்திற்கு வந்தார். தயாராக இருந்த விதைகளை வாங்கிக் கொண்டு வீடு திரும்பினார்.

மழையை எதிர்பார்த்துக் காத்திருந்தனர் விவசாயிகள். வழக்கமாக புரட்டாசி முதல் வாரம் பெய்யும் முன்பருவ மழை ஆவணி மாதத்தில் மூன்றாம் வாரத்திலேயே ஆரம்பித்து விட்டது. விதைப்புக்குப் போதுமான மழைதான். விவசாயிகள் மகிழ்ச்சியின் உச்சத்திற்கே சென்று விட்டனர்.

விதைப்புகள் ஆரம்பமாயின. கிராமத்தில் ஆயிரம் ஏக்கருக்கும் மேலாக மக்காச் சோளம் பயிரிடப்பட்டது. பருத்தி சுமார் நூறு

ஏக்கர் மட்டும்தான். பயறு வகைகள் உள்ளிட்ட மற்ற பயிர்கள் ஐம்பது ஏக்கர் வரை சாகுபடி செய்யப்பட்டன. பொன்னுச்சாமி நாலு ஏக்கரில் பருத்தியும் ஒவ்வொரு ஏக்கரில் மக்காச் சோளமும் உளுந்தும் போட்டார்.

முன்பெல்லாம் இந்த ஏரியாவுல பருத்தி ஆயிரம் ஏக்கர் வரை சாகுபடி செய்யப்படும். இப்ப குறஞ்சி குறஞ்சி நூறு ஏக்கராப் போச்சி. பருத்தி இடத்த மக்காச் சோளம் நிரப்பிருச்சி.

விதைப்பு முடிந்தது. பயிர்களும் குழந்தையைப் போல வளர்ந்து விட்டன. மண்ணின் ஈரம் குறைவதற்குள் களை வெட்டும் பணியும் விரைவாக நடந்தேறியது. மானாவாரி மண்ணில் மழை தனது கொடூரத்தை வெளிப்படுத்தியது. புரட்டாசி மாதம் முழுவதும் ஒரு சொட்டு கூட மழை பெய்யவே இல்லை. விவசாயிகள் மருகினர். வானத்தைப் பார்த்துப் பார்த்து கழுத்து வலிதான் மிச்சம். மழை பெய்யும் அறிகுறியே இல்லை.

பயிர்கள் வாடத் தொடங்கின. விவசாயிகளின் மனமும்தான். ஐப்பசியும் பிறந்து விட்டது. ஐப்பசி மாசம் அடை மழையின்னு சொல்வாங்க. மழை பேஞ்சி ஓய்ஞ்சது மாதிரி பனி விழ ஆரம்பிச்சிட்டுது. விவசாயிகளின் கவலைக்கு முடிவில்லாமல் போனது. ஐம்பது நாட்களாகத் தொடர்ந்து மழை ருத்தமாக இல்லை. ஆயிரம் ஏக்கர் மக்காச் சோளப் பயிர்கள் அடியோடு காய்ந்து விட்டன. கரிசல் மண்ணின் கந்தக பூமியில் பயறு வகைகளும் கருகி விட்டன.

மொத்தப் பருத்தியில் முக்கால்வாசிக்கு மேல் பயிரிடப்பட்ட பி.டி. பருத்தி கடுமையான வாட்டம் கண்டது. பாலைவனத்தில் ஒரு சோலைவனமாய் பொன்னுச்சாமியின் வயலில் நாட்டு ரகப் பருத்தி கடும் வறட்சியையும் சமாளித்து கம்பீரமாய் நின்றது. பொன்னுச்சாமி போல நாட்டு ரகப் பருத்தி சாகுபடி செய்த ஏழெட்டு விவசாயிகள் முகத்தில் மட்டுமே நம்பிக்கைத்துளி.

வரப்பு

அடுத்த ஊரில் தேங்காய் வெட்டு வேலையை முடித்துவிட்டு அதனது தோப்புக்குத் தண்ணீர் பாய்ச்ச வந்த மாரியப்பனுக்கு அதிர்ச்சி காத்திருந்தது. வரப்பு ஓரத்தில் மேற்கு வயலில் புதிதாக தென்னங் கன்றுகள் நெருக்கமாக நடப்பட்டிருந்தன. நேற்று மதியம் இவை இல்லை. மேற்கு வயல்காரன் இவனது உடன்பிறந்த அண்ணன் மாடசாமிதான். இத இப்படியே விட்டா சரிப்படாது. ஒரு முடிவு கட்டியே ஆகணும். உக்கிரமாய் வீட்டிற்கு விரைந்தான்.

சைக்கிள் முயல் வேகத்தில் முன்னே சென்றாலும் மனம் ஆமை போல் மெதுவாகப் பின்னோக்கி நகர்ந்தது. அது துள்ளித்திரிந்த பள்ளிக்கூட இளமைப்பருவம். சகோதரர்கள் ஒற்றுமையாய் பாடசாலை சென்று பயின்று விளையாடிய பாலக வயது. சக நண்பர்களோடு விளையாடி நீச்சல் பழகி மகிழ்ந்திருந்தனர். சில வருடங்களில் தந்தை விபத்தில் பலியாகிவிட படிப்புநிறுத்தப்பட்டது. அப்போது அண்ணன் படித்தது எட்டு. தம்பி ஆறாம் வகுப்பு. கடமைகளும் நிர்ப்பந்தங்களும் படிப்புக்கு முட்டுக்கட்டை போட்டன. இளம் வயதிலேயே விவசாயத்தில் தீவிரமாக இறங்கினர். தாயின் ஆதரவோடும் சகோதரிகளின் பக்கபலத்தோடும் மாடாய் உழைத்தனர். ஒன்றரை ஏக்கர் வயலில் நெல், பருத்தி, பயறு, காய்கறிகள் பயிரிட்டனர். நல்ல லாபம் கண்டனர். மூன்று சகோதரிகளின் திருமணத்தை கடனே வாங்காமல் நடத்திவைத்தனர். சொந்த வயலில் அரும்பாடுபட்டு உழைத்த பின்பும் கூலிவேலைக்கும் தேங்காய்வெட்டவும் சென்று பணம் சம்பாதித்தனர். அப்போது அவர்களுக்குள் மனக்கசப்பும் வேறுபாடும் துளிக்கூட இல்லை.

மூத்தவன் மாடசாமிக்குத் திருமணம் நடந்தது. குடும்பத்தில் புதிதாய் ஓர் உறவு புகுந்தது. சகோதரர்களின் ஒற்றுமைச் சுவற்றில் லேசான கீறல் விழுந்தது. மாடசாமி சம்பாதித்ததை தனக்கென்று தனியாக வைத்துக்கொண்டான். மாரியப்பன் தேடிய பணம் கூட்டுக்குடும்பத்தில் பொதுவாக வைக்கப்பட்டது. மாரியப்பனின் உழைப்பால்தான் கூட்டுக்குடும்பமே நகர்ந்தது. இரண்டு ஆண்டுகளுக்குப் பின்னர் தம்பியின் திருமணமும் நடந்தது. அடுத்த புது உறவாக புகுந்தாள் மாரியப்பனின் மனைவி. உடன்பிறவா சகோதரிகள் தங்களுக்குள் விட்டுக்கொடுக்கவில்லை. இதனால் உடன்பிறந்த சகோதரர்களின் ஒற்றுமையில் கீறல் பெரிதாகி விரிசல் கண்டது. கூட்டுக்குடும்பம் தனிக்குடும்பமாகப் பிரிந்து குறுகி சிதறியது. வயல்கள் தோராயமாகப் பிரிக்கப்பட்டன. மூத்தவனுக்கு

மேற்குப் பகுதி. சற்று அதிகமாகவே ஆக்கிரமித்துக்கொண்டான். அண்ணன்தானே, கொஞ்சம் அதிகமா வச்சிக்கிட்டா பரவாயில்ல என தம்பியும் பெருந்தன்மையோடு விட்டுக்கொடுத்தான். ஆனால் மாடசாமிக்கு ஆசை அடங்கவில்லை. கிழக்குப் பக்கமாக வயலைக் குடைந்து மாரியப்பனின் நிலத்தை ஆக்கிரமிக்கத் தொடங்கினான். வரப்பை மூன்றடி நகர்த்தி விட்டான்.

ஊர் நாட்டாமையிடம் மாரியப்பன் முறையிட்டான். மாடசாமி இதை கௌரவக் குறைச்சலாக உணர்ந்தான். நாட்டாமை, "வயலை முறைப்படி பிரிச்சி பத்திர ஆபீசில பதிஞ்சிருங்க" என்றார். வேறுவழியில்லாமல் மாடசாமி சம்மதித்தான். வயல் சரிசமமாகப் பிரிக்கப்பட்டது. மாரியப்பனுக்கு நியாயம் கிடைத்தது. மாடசாமி பொருமினான்.

வருடங்கள் உருண்டோடின. மாரியப்பன் வயல் முழுவதும் தென்னங்கன்றுகளும் மாமரங்களும் வளர்த்து தோப்பாக்கிக் கொண்டான். வறட்சிக் காலங்களிலும் ஓரளவு வருமானம் பெற்றான். ஆனால் மாடசாமியோ வழக்கம் போல் நெல், பருத்தி பயிரிட்டதால் குறைவான லாபமே கிடைத்தது.

காலம் வேகமாக நகர்ந்தது. மாடசாமி அரசியலில் நுழைந்து செல்வாக்குப் பெற்று பஞ்சாயத்து ஒன்றிய உறுப்பினராகி விட்டான். ஆணவம் தலைக்கேறியதால் மீண்டும் வரப்பைச் சுரண்ட ஆரம்பித்தான். நகர்த்திய வரப்பு மாரியப்பனின் தென்னை மரங்களை நெருங்கிவிட்டது. இது தவிர தம்பியின் ஒரு வரிசை தென்னை மரங்களும் தனக்குத்தான் என சொந்தம் கொண்டாடி கொக்கரித்தான். வரப்புச் சண்டை மீண்டும் தலைதூக்கியது. வருடக்கணக்காக வறட்சி தொடரவே மாடசாமியும் தென்னந்தோப்பை உருவாக்கினான். நேற்று கூடுதலாக மாரியப்பனின் வயலை ஒட்டி நெருக்கமாக தென்னங்கன்றுகளை நட்டுவிட்டான்.

நினைவுச் சுரங்கத்திலிருந்து மீண்டான் மாரியப்பன். நேராக நாட்டாமையிடம் முறையிட்டான். புதிய நாட்டாமை பிடிகொடுக்காமல் நழுவிக்கொண்டார். மாடசாமியின் அரசியல் செல்வாக்குதான் அங்கு கோலோச்சியது. காவல் நிலையத்தில் புகார் கொடுத்தான். அங்கும் அவன் பேச்சு எடுபடவில்லை. வேறுவழியின்றி மாரியப்பனும் பணம் கொடுக்க ஆரம்பித்தான். பின்னர் தாலுகா அலுவலகத்தில் நிலஅளவுத் துறையில் பணம் கட்டிக் காத்திருந்தான். அண்ணன் ஒரு வக்கீலை நியமித்துக் கொள்ளவே தம்பியும் ஒரு வக்கீலை அணுகினான். நாட்டாமை, ஊர்ப்பெரியவர்கள், காவலர்கள், வக்கீல் என பலரும் வரிசையாக

விருந்துக்கு வருவதுபோல் மாரியப்பனின் தோப்புக்கு வரத் தொடங்கினர். அவர்களுக்கு உயர்ரக மதுவகைகள், அளவற்ற அசைவ உணவு வகைகள், எண்ணற்ற இளநீர் மட்டுமின்றி கணக்கில்லாமல் பணமும் கொடுக்க வேண்டியதாயிற்று. மாரியப்பனுக்கு புலிவாலைப் பிடித்த கதையாயிற்று.

மாடசாமியும் தன் பங்கிற்கு பணத்தை வாரி இறைத்தான். இறுதியில் ஆறுமாதங்கள் கழித்து வயல் அளக்கப்பட்டது. தர்மம் வென்றது. மாடசாமி சுரண்டிய வரப்பு சரியாகக் கல் ஊன்றி மேற்குப்பக்கம் நகர்த்தப்பட்டது. அண்ணன் நட்ட கூடுதல் தென்னங்கன்றுகள் பிடுங்கப்பட்டன. மாரியப்பனுக்குக் கிடைத்த வயலின் மதிப்பு சுமார் பத்தாயிரம்தான். ஆனால் செலவு செய்தது முப்பதாயிரத்தைத் தாண்டிவிட்டது. மாடசாமியும் இதைவிட அதிகம் செலவு செய்திருந்தான். மன உளைச்சல், வெட்டி அலைச்சல், குடும்பச் சண்டை, வேலை இழந்த நாட்கள் என சகோதரர்கள் இழந்தது ஏராளம்.

ஒரு வரப்புக்காக தங்களுக்குள்ளிருந்த பகைமை உணர்வை எண்ணி இருவரும் நொந்தனர். இனியும் பகை தேவைதானா என அவர்களுக்குள் ஒரு யோசனை ஓடத் தொடங்கியது.

மாதச்சோறு

"அதெல்லாம் உங்க அக்காகிட்ட சொல்லு" - மச்சானின் இது மாதிரியான கறாரான பேச்சைக் கேட்டு சலித்து விட்டது துளசிராமனுக்கு. அக்காவிடம் கேட்ட போது,

"எனக்குத் தெரியாது. ஒம்பாடு. உம் மச்சான் பாடு" - மச்சானுக்கு சளைக்காமல் அக்காவும் எடுத்தெறிந்து பேசியது தம்பி துளசிராமனைக் காயப்படுத்தியது.

'மூத்த பிள்ள நீயே இப்படிச் சொல்லலாமா? அதுவும் பக்கத்து வீட்ல இருந்துக்கிட்டு. நான் வெளியூர்ல இருக்கிறதால வர முடியல. அடுத்த தெருவுல இருக்கிற ஹோட்டல்ல ரெண்டு தோசை வாங்கிக் கொடுத்தா குறைஞ்சா போயிடுவ. பெத்த தாய்க்கு ஒரு வேள சோறு போடலாம். மாட்டேனுட்ட. ராத்திரிக்கு மட்டுமாவது தோச வாங்கிக் கொடுக்கலாம்ல?'

துளசிராமன் கேள்விகளை மனதிலே புதைத்துக் கொண்டான்.

"எனக்கு அம்மா என்ன செஞ்சா?" - மீண்டும் அக்காவின் கேள்விக்கு,

"அக்கா, நீயோ பேரன் பேத்தி எடுத்துட்ட, ஒரு பேத்தி கூட வயசுக்கு வந்துட்டா. உம் பையனையும் பொம்பளப் பிள்ளைங்க எல்லாரையும் கட்டிக் கொடுத்துட்ட. இந்த வயசுல நீ அம்மாவுக்கு செஞ்சத விட்டுட்டு அம்மா உனக்கு செய்யலன்னு கேக்கிறீயே. இது நியாயமா? அம்மாவால எந்திரிச்சி நடக்கக்கூட முடியல. இத ஒரு உதவியா கேக்கிறேன். வாராவாரம் சனி, ஞாயிறு லீவுல வந்து அம்மா துணியை துவச்சிப் போட்டுறுதேன். நீ தினமும் ராத்திரிக்கு மட்டும் ரெண்டு தோச வாங்கிக் கொடு. அதுக்குப் பணம் இப்பவேணும்ன்னாலும் வாங்கிக்கோ".

"நான் மூணு பொட்டப் பிள்ளய கரையேத்த என்ன பாடுபட்டேன்னு எனக்கில்ல தெரியும். அவளுக்கு ரெண்டும் பையங்க. அவ போட்டா என்னவாம்?"

"எதுக்கெடுத்தாலும் இதத்தான் சொல்லுவியா?. லட்சுமியக்காதான் ரெண்டு மாசமா தோச வாங்கிக் கொடுத்தா உனக்குத் தெரியும்ல. இப்ப அந்த மச்சானும் மாட்டேனுட்டார் அதனாலதான் உங்கிட்ட கேக்கிறேன். லட்சுமியக்கா தண்ணீ எடுத்து வச்சிறேன்னுட்டா. நீங்க ரெண்டும் பேரும் பக்கத்துல இருக்கீக. அம்மாவ பாத்துக்கலாம்ல?."

"இளையவா என்ன பண்றா? அவளுக்கென்ன கேடு வந்திச்சி?".

"தேவியக்கா இருபது கிலோ மீட்டர் தள்ளி இருக்கிறா. வாரம் ஒரு தடவ வந்து அம்மாவ குளிப்பாட்டி, வீடு அலசி விட்டுட்டுப் போறா. தினமும் அவளால வர முடியாதுல்"

துளசிராமன் தொடர்ந்து,

"அண்ணனும் தம்பியும் நம்ம ஊர்லேயே இருக்கிறதால அவுங்க அவுங்க மாசத்துக்கு அம்மாவப் பாத்துக்கிறாங்க. நாளைக்கு ஒண்ணாந் தேதி. அம்மாவுக்கு நான் சாப்பாடு போடவேண்டிய மாசம். அதான்...."

கெஞ்சிய தம்பியிடம்,

"உன் அண்ணிக்காரியும் தம்பி பெண்டாட்டியும் எதாவது சொல்லுவாங்கப்பா. எதுக்கு பொல்லாப்பு"

"என் மாசத்துக்கு அவுங்க ஒண்ணும் சொல்ல மாட்டாங்கக்கா"

"மச்சான் கிட்ட பேசிப்பாரு. வயலுக்குப் போயிருக்கா. சாய்ந்தரம் வருவாக. நீ இடத்த காலிபண்ணு. ரேசன் அரிசி வாங்க நான் போகணும். வீட்டப் பூட்டப் போறேன்".

கடைசி வரை அக்கா பிடி கொடுக்காமல் பேசி விலகிக் கொண்டாள்.

எண்பது வயது தாண்டிவிட்ட பாண்டியம்மாள் வீட்டிற்குள் முடங்கி ஆறுமாத காலமாகிவிட்டது. தொண்ணூறு வயது வரை வாழ்ந்த தன் கணவர் மறைந்த ஆறுமாத காலம் முன்பு வரை அவரால் தானே சமைத்து சொந்தக்காலில் நிற்க முடிந்தது. தற்போது தள்ளாமை அவரை ஆட்டிப் படைக்கிறது.

பிள்ளைகள் அவரைச் சரியாய்க் கவனிப்பதில்லை. உடலாலும் உள்ளத்தாலும் சுருங்கிக் கொண்டார். மூத்த மருமகள் காலைக்கும் மதியத்திற்கும் பழைய சோறும் ஊறுகாயும் தான் கொடுப்பது வழக்கம். குடிக்கத் தண்ணீர் கூட எடுத்து வைப்பதில்லை. மூத்த மருமகள் பாண்டியம்மாளை பலத்த சத்தத்தாலும் அசிங்கமான வார்த்தைகளாலும் அர்ச்சனை செய்வதும் தெருவில் வருவோர் போவோரைக்கூட முகம் சுளிக்கவைக்கும். அடுத்த மருமகளும் அதே ஊரில் தான் இருக்கிறாள். அவளும் பாண்டியம்மாளுக்கு "சோறு போடுவதில்" மூத்த மருமகளுக்குச் சளைத்தவள் இல்லை.

பாண்டியம்மாளால் தற்போது எழுந்து நடக்கக் கூட முடியவில்லை. குழந்தை போல் ஊர்ந்தும் தவழ்ந்தும் சென்று இயற்கை உபாதைகளையும் அன்றாட கடன்களையும் செய்ய முடிகிறது. துளசிராமன் வாங்கிக் கொடுத்த கட்டிலில் படுத்துக்

கொண்டே தலைமுடியைப் பிய்ப்பது தான் அவருடைய வேலை. நினைவுகள் மங்கிவிட்டன. பேச்சும் தடுமாறுகிறது. சில நேரத்தில் வெளித்திண்ணைக்கு வந்து தெருவில் வருவோர் போவோரை வேடிக்கை பார்ப்பார். ஆர்வக் கோளாறால் நடக்க முயன்று சில நேரங்களில் திண்ணையிலிருந்து கீழே விழுந்து காயப்பட்டுக் கொள்வதும் உண்டு.

பாண்டியம்மாள் வசதியான வீட்டில் பிறந்தாலும் விவசாயக் குடும்பத்தில் வாழ்க்கைப்பட்டார். திருமணத்திற்கு முன்பு வீட்டு வேலைகள் எதுவும் செய்யாமல் சௌகரியமாய் இருந்தவருக்கு, அதன் பின்னர் சாணி அள்ளுதல், மாடுகளைப் பராமரித்தல், வயலில் கூலி ஆட்களோடு விதைப்பு, களையெடுத்தல், அறுவடை என சகல வேளாண் பணிகளும் கற்றுத் தேர்ந்தார். ஓய்வு இல்லா வேலை, சலிக்காமலும் சளைக்காமலும் உழைத்தார்.

கூட்டுக் குடும்ப வாழ்வில் பாண்டியம்மாள் விட்டுக் கொடுத்ததே அதிகம். கணவரின் நிர்ப்பந் தத்தால் மாமனார் பெயரில் வயல்கள், வீடு வாங்கவும் தனது நகைகளையே தந்திருக்கிறார். வாழ்க்கை ஓட்டத்தில் பத்து பிள்ளைகள் பெத்தெடுத்து நான்கைப் பறி கொடுத்து ஆறு பிள்ளைகளை நல்ல விதமாக வளர்த்துவிட்டார்கள்.

அவர் பிள்ளைகள் மீது பொழிந்த பாசம் பரிபூரண அன்பால் விதைக்கப்பட்டிருந்தது. நிபந்தனை யற்றது. நிரந்தரமானது. பாசத்தால் கட்டப்பட்டது. ஆனால் பிள்ளைகள் பெற்றோர் மீது காட்டும் அன்பு கடமை பூர்வமானது. அறிவு வசப்பட்டது. பொருளாதாரம் போன்ற புறச்சூழலால் நிலை தடுமாறக்கூடியது. பிள்ளைகள் தங்களது கடமைகளைச் சரிவரச் செய்யாததால் பாண்டியம்மாளின் இறுதிக் காலம் இனிமையாக இல்லை.

தன் வீட்டிற்கு எதிரில் இரண்டு வீடுகள் தள்ளி குடியிருக்கும் இரண்டு மகன்களும் அவரவர் மாதமுறை வரும் போது மட்டும் ஏதோ கடமைக்காக கவனித்துக் கொள்கின்றனர். தந்தை இறந்த பிறகு அம்மாவுக்கு மாதச்சோறு தருவதாக ஊர் நாட்டாமையிடம் மூன்று மகன்களும் ஒப்புக்கொண்டால்தான் இந்த ஏற்பாடு. அதிலும் தாங்கள் அனுபவிக்கும் பத்து ஏக்கர் வயலும் மூன்று வீடுகளும் முறைப்படி கிடைக்கும் என்ற சொத்து ஆசைக்காக மட்டுமே இந்த பரிவு பாசம் எல்லாம். பாசம் குறைந்த உணவுதான் பாண்டியம்மாளின் பசியை ஓரளவு சரிக்கட் டுகிறது.

துளசிராமன் கடைசிமகன். திருச்சியில் வேளாண்மைக்கல்லூரியில் பணி. அங்கேயே சொந்த வீடு வாங்கி நகரவாசியாகவிட்ட பின்னர் வார இறுதி நாட்களில் சனி அல்லது ஞாயிறு மட்டுமே மதுரை

அருகே கிராமத்திற்கு வருகிறான். தாயின் துணிகளைத் துவைத்து, வீடு பெருக்கிவிட்டு பலகாரங்கள் வாங்கிக் கொடுத்துவிட்டுச் சென்று விடுகிறான்.

துளசிராமனின் ஏற்பாட்டின்படி அடுத்த தெருவில் வீட்டிலேயே இட்லிக்கடை வைத்து வாழ்க்கையை நகர்த்தும் பச்சையம்மாள் தினமும் காலையில் ஆறு இட்லிகளை பாண்டியம்மாளிடம் கொடுத்துவிட்டுச் செல்வார். அது பாண்டியம்மாளின் காலை, மதியம் பசியை அடக்கிவிடும். ஆரம்ப மாதத்தில் பாண்டியம்மாள் தள்ளாடிச் சென்று பச்சையம்மாளிடம் இட்லி வாங்கி வர முடிந்தது. ஒரு தடவை தடுமாறி சாக்கடையில் விழுந்துவிட்டதால் அதுவும் தடைப்பட்டுவிட்டது. பச்சையம்மாளின் மனிதநேயம் பாண்டியம் மாவைக் காப்பாற்றுகிறது.

இந்நேரத்தில்தான் துளசிராமன் உடன் பிறந்த சகோதர, சகோதரிகளிடம் அம்மாவுக்கு இரவுச் சாப்பாட்டுக்கு தோசை வாங்கித்தர மன்றாடினான். தாய்ப்பாசத்தின் மகிமையை உண்மையிலே அவர்கள் உணர்ந்திருந்தால் அவர்களில் யாராவது ஒருவர் இக்கடமையை நிறைவேற்றியிருக்கலாம். அம்மாவின் அருகிலிருக்கும் நால்வரும் மறுத்துவிட்டனர்.

தன்னைப் பாராட்டி, பாலூட்டி, சீராட்டி வளர்த்து முனைவர் பட்டம் பெற உந்துதலாக இருந்த பெற்ற தாய்க்கு ஒரு வேளை சாப்பாட்டுக்கு வழிவகை செய்ய முடியாமல் கலங்கினான் துளசி ராமன். சம்பளத்திற்கு ஆள் வைத்துக் கொள்ளலாமா என யோசிக்கலானான். பத்திர காளியம்மன் கோவிலுக்குச் சென்றுவர சோர்வாக நடந்தான்.

கோவிலில் தனது சித்தப்பா மகள் மீனாட்சியைக் கண்டான் துளசிராமன். அண்ணனை வீட்டிற்கு அழைத்தாள் தங்கை. வீட்டில் சித்தப்பா, சித்தி, மீனாட்சியின் கணவரிடம் நலவிசாரிப்புகள் தொடர்ந்தன. பாண்டியம்மாள் பற்றி பேச்சு தொடர்ந்தது. விசயமறிந்த மீனாட்சி, "யாருக்கும் எந்தக் கெடுதலும் செய்யாதவங்களுக்கு எந்தக் குறையும் வராது. நல்லவங்களுக்கு எல்லாம் நல்ல படியா நடக்கும். பெத்த பிள்ள கொடுக்காட்டா என்ன? பெரியம்மாவுக்கு நான் சாப்பாடு போடுறண்ணே. பெரியம்மாவும் பெரியப்பாவும் முப்பத்தஞ்சு வருசம் கூட்டுக் குடும்பத்தில் உழைச்ச சொத்துல எங்களுக்கும் சம பங்கு கிடைச்சிருக்கு. நான் ஆக்குற சொத்தில்கூட ஒருகை அரிசி போட்டா போதும். பெரியம்மாவுக்கு நைட் சாப்பாடு நான் தாரேண்ணே. நம்ம கூட்டுக் குடும்பமா இருந்த காலத்துல

உங்களப்போல எனக்கும் பெரியம்மா தான் குளிப்பாட்டி, சாப்பாடு போட்டு, தலைவாரி, பாடம் சொல்லிக்கொடுத்து, வயல், திருவிழான்னு அழைச்சிட்டுப் போயி நல்லவிதமாகக் கவனிச்சிக்கிட்டாங்க''.

அதே கிராமத்தில் கடைசித் தெருவில் வசிக்கும் மீனாட்சி மேலும் தொடர்ந்து,

"அண்ணே, நீ எப்படி பெரியம்மா சொல்படி நல்லாப் படிச்சி அசிஸ்டெண்ட் புரபசரா இருக்கியோ அது போல நானும் படிச்சதால இப்ப நல்லாயிருக்கண்ணே. சொந்த ஊரிலேயே டீச்சர் வேலை செய்ற பாக்கியம் எனக்குக் கிடைச்சிருக்குண்ணே. அதுக்கு பெரியம்மாதான் காரணம். அவுங்க தான் எனக்கு ரோல் மாடல். குரு எல்லாமே. அவுங்க படிக்கல்லனாலும் என்னயப் படிக்க வைக்க பெரும்பாடு பட்டாங்க. அவுங்களுக்கு கைம்மாறு செய்ய ஒரு வாய்ப்புக் கொடுண்ணே'' என்றதும் சித்தப்பா குடும்பத்தினர் நெகிழ்ந்தனர்.

துளசிராமனின் கண்களுக்கு மீனாட்சி, தாய்க்குத் தாயாக தெய்வ அம்சத்தில் காட்சி தந்தாள். அவனது கண்கள் பாசக்கண்ணீரால் நனைந்தன. மனித நேயம் துளிர்த்த மகிழ்ச்சியோடு துளசிராமன் திருச்சி செல்லத் தயாரானான்.

மழைவாரியும் வங்கிக்கடனும்

அதிகாலையிலேயே பரபரப்பாகக் கிளம்பினான் சக்திவேல். இன்று அவனுக்கு ஏகப்பட்ட வேலைகள் காத்திருக்கின்றன. கிளம்பும்போதே மனைவி ரெங்கநாயகி,

"ஏங்க, இன்னைக்கு சாய்ந்தரம் ஆறுமணிக்குள்ள சீக்கிரம் வர்றீங்களா?"

"என்ன ஏதாவது விசேஷமா?"

"விசேஷம்னாதான் சீக்கிரம் வருவீங்களா? கோயிலுக்குப் போகலாம்னு நினைச்சேன்."

"ஏய் அப்படியெல்லாம் ஒண்ணுமில்ல. இன்னைக்கு பேங்க்ல ரொம்ப வேலையிருக்கு. வெளியில வேற போகணும்"

மனைவியின் அன்புக் கெஞ்சல் பார்வையைக் கவனித்த சக்திவேல் கணநேர யோசனைக்குப் பின்,

"சரி... சரி... வந்திர்றேன்ம்மா"

ரங்கநாயகி முகத்தில் சந்தோச ரேகைகள் மின்ன ஆரம்பித்தன. கிளம்பிய சக்திவேலின் கன்னம் முத்தத்தால் நனைந்திருந்தது. துடைத்துக் கொண்டே இருசக்கர வாகனத்தை உதைத்தான். மதுரை புறநகர்ப் பகுதியிலிருந்து வண்டியில் சீறிப்பாய்ந்து காலை 7.10க்கு ரயில் நிலையத்தை அடைந்தான். நிம்மதிப் பெருமூச்சுவிட்டான். மனைவியின் பாசப்பார்வை அவனுள் தங்கி விரைவில் வீடு திரும்பும் உந்துதலை உறுதிப்படுத்தின. பொருளாதாரத்தை மையமாகக் கொண்டு இயங்கும் வாழ்க்கை ஓட்டத்தில் இன்றைய பயணத்தைத் தொடங்கிவிட்டான்.

சக்திவேலுக்கு ராசபாளையத்தில் தனியார் நிதி நிறுவன வங்கிப் பணி. எண்ணற்ற கனவுகளோடு கல்லூரிப் படிப்பை முடித்த சில வருடங்களில் இந்த வேலை கிடைத்தது. விரைவில் திருமணமும் செய்து கொண்டான். திருமணப் புதுவாழ்வில் எட்டு மாதங்கள்தான் கடந்துள்ளன. மதுரையில் வாடகை வீடு, தனிக்குடித்தனம். மதுரை - செங்கோட்டை ரயிலில் தினமும் பயணம்.

இரயிலில் சீசன் டிக்கெட் என்பதால் ஒரு நாளுக்கு சுமார் பத்து ரூபாய் மட்டுமே. வசதியான பயணமும். காலையில் குறித்த நேரத்திற்கு அலுவலகம் செல்ல முடிகிறது. மாலையில் ஐந்து மணிக்குள் ரயில் நிலையம் வந்துவிட்டால் நிம்மதி. ஆனால் நெரிசல் நெருக்கடியோடு நூற்றிருபது ரூபாய் கட்டணமாதலால் பேருந்துப் பயணம் வசதிக்கும் பொருளாதாரத்திற்கும் கட்டுப்படியாகாது.

வங்கி மேலாளர் சிடுமூஞ்சி. அதுவும் தனியார் வங்கியாதலால் கொடுத்த கடனை வசூலிப்பதில் கறாராக இருக்க வேண்டுமென்பார்.

சக்திவேல் அலுவலகத்திற்குள் நுழைந்ததும் அழைத்துவிட்டார்.

"என்ன சக்திவேல்... உங்க பெண்டிங் கலக்சன் ரொம்ப இருக்கு. சீக்கிரமா கம்ப்ளீட் பண்ணுங்க. இந்த வருச டார்கட்ல பத்து பர்சன்ட் தான் முடிச்சிருக்கீங்க. மீதம் எப்ப முடிப்பீங்க?"

"முடிச்சிடுறேன் சார்"

"சரி! அந்த ராமசாமிபுரம் கிராமத்துல செல்ப் ஹெல்ப் குரூப் லோன் என்னாச்சு?"

"இந்த வாரம் தர்றேன்னாங்க. இன்னைக்கு மதியம் கலெக்சனுக்குப் போகலாம்னு பிளான் பண்ணியிருக்கேன் சார்".

"சரி. கரெக்டா வசூல் பண்ணிருங்க. லோன் வாங்க மட்டும் குரூப்பா வந்து வாங்கிட்டுப் போறாங்க. அத ஒழுங்கா திருப்பிக் கட்டுறதில்ல. மூணு மாசமா டியு கட்டல. இன்ட்ரஸ்ட்டும் பென்டிங்... ஸ்பைனோட சேர்த்து கலெக்சன் பண்ணிருங்க. ஆளுக்கு மாசம் ஆயிரம் ரூபாகூட கட்ட முடியலையா?"

மேலாளர் தொடர்ந்து வீசிய அர்ச்சனை அம்புகள் சக்திவேல் மனதைத் தைத்தன. 'காலாங் காலத்துலயே டென்சன் ஏத்திட்டாரே' என உள்ளுக்குள் மருகி வேலையை ஆரம்பித்தான்.

வங்கியில் கூட்டம் அதிகமானது. பரபரப் பானது. வேலைப்பளுவில் இன்றும் திணறித்தான் போய்விட்டான் சக்திவேல். மனைவியிடம் அலைபேசியில் பேச இயலவில்லை.

"ஆபீஸ் போய்ட்டா வீட்டு நினைப்பே வராதே. இன்னைக்கு சீக்கிரம் வந்திருவீங்கள்ல?"

மனைவியின் அன்பு வேண்டுகோளை "ரெங்கி, ஒண்ணும் கவலைப்படாதே. கண்டிப்பா வந்திருவேன். உங்க அம்மாவுக்கு காய்ச்சல் சரியாயிடுச்சா? உங்க அப்பாவுக்கு கழுத்து வலி குறஞ்சிருச்சா?" என பேச்சை மாற்றிச் சமாளித்தான்.

மதியம் சாப்பிட்ட பிறகு மேலாளர் அறைக்குச் சென்று "சார்! கலெக்சனுக்குக் கிளம்புறேன். முடிச்சிட்டு அப்படியே நாலு மணிக்கு பஸ்ல கிளம்பிக்கிறேன். ஒரு மணி நேரம் பெர்மிசன் வேணும் சார்"

"என்ன சக்திவேல் டெய்லி பத்து மணிக்கு வர்றீங்க. சாய்ந்தரம் கரெக்டா அஞ்சி மணிக்கு கிளம்பிர்றீங்க. இதென்னா கவர்மென்ட் வேலையா? இங்க எத்தன பேர் நைட் ஏழு மணி எட்டு மணி வரைக்கும் வேலை செய்றோம்னு தெரியுமரில்ல. நீங்க டெய்லி மதுரையிலிருந்து வர்றதால விடுறேன். இந்த லட்சணத்துல பெர்மிசன் வேற வேணுமா?"

"சார்... அது... வந்து..."

"கலெக்சன் மூணு மணிக்குப் பிறகு போங்க. அர்ஜண்டா இந்த ரிப்போர்ட் ரெடி பண்ணுங்க. ஹெட் ஆபீசுக்கு உடனே மெயில் அனுப்பணும்" என்றதும் சக்திவேலுக்கு வேறு வழியில்லை. சர்க்கஸ் புலி போல கட்டுப்பட்டான். வேலையில் மூழ்கினான். மேலாளர் கொடுத்த வேலையை நேர்த்தியாக முடித்துவிட்டு கிராமத்திற்குக் கிளம்ப மதியம் மூன்றரை மணி தாண்டிவிட்டது.

இருசக்கர வாகனத்தில் கிராமத்தை அடைந்தான். கிராமமே விழாக்கோலத்தில் துள்ளியது. பங்குனிப் பொங்கலாம். சுய உதவிக்குழுத் தலைவி காளீஸ்வரி வீட்டிற்குச் சென்றான். மஞ்சள் சேலையில் மங்களகரமாக அம்மனைப்போல் காட்சி தந்தாள்.

"வாங்க சார் - நல்லாயிருக்கீங்களா? வீட்ல வொய்ப் நல்லாயிருக்காங்களா?. நல்ல செய்தி ஏதாவது உண்டா?" நலம் விசாரித்துவிட்டு செம்பில் தண்ணீர் தந்தாள்.

தன் மனைவி கர்ப்பமா என்பதை நாசூக்காக கேட்ட காளீஸ்வரியிடம்,

"நல்லாயிருக்கேன்மா. வொய்ப்பும் நல்லாயிருக்காங்க. விசேஷந்தான். மூணுமாசம். சரி, உங்க குருப்ல எல்லாரும் எப்படியிருக்கீங்க? உங்க பேரப்பிள்ளைங்க நல்லா படிக்கிறாங்களா?"

"ரொம்ப சந்தோசம். எல்லாரும் நல்லாயிருக்கோம்".

"அப்புறம் பேங்க் பக்கமே வரமாட்டேங்கிறீங்களே?"

"என்ன சார் பண்றது. மூணு வருசமா மழை சரியில்ல. கிணத்துல தண்ணி அரை மணி நேரந்தான் இருக்குது. விவசாயம் எப்படி நடக்கும். ஆடுமாடுகளுக்கு பச்சப்புல்ல கண்ணுல காட்ட முடியல."

"எப்ப வந்தாலும். இதத்தான் சொல்றீங்க. லோன எப்ப அடைப்பீங்க? மாசம் ஆயிரம் ரூபாதான. பால் காசிலிருந்து கொடுக்கலாம்ல…"

"பால் வித்த காசிலதான் குடும்பமே ஓடுது. இந்த வருசம் பொங்கல் வரி ஆயிரம் ரூபா கொடுக்க வேண்டியதாப் போச்சு. பொங்கலுக்கு ரெண்டு பொண்ணுகளும் பேரப்பிள்ளைகளோட வந்திருக்காங்க. ரொம்ப செலவு இருக்கு சார்".

"அம்மா, மேனேஜர்கிட்ட நான் இத எல்லாம் சொல்ல முடியாது. மூணு மாசமா வட்டியும் கட்டல. அதுக்கு பைன் கட்டணும். இருக்கிறத கொடுங்க வரவு வச்சிக்கிறேன்"

"சார்: எங்க ஊர்ல வழக்கமா புரட்டாசி மூணாம் சனிக்கிழமையில் குளத்துக்கு தண்ணி வந்திரும். இந்த வருசம் மழையும் பெய்யல. குளத்துக்கு தண்ணியும் வரல. நெல்லு நாத்து பாவுவதற்குக் கூட கிணத்துல தண்ணி இல்ல."

"அதுக்கு நான் என்ன பண்ண?"

"மழை இல்லாததால இந்த வருசம் கழுதைக்கும் கழுதைக்கும் கல்யாணம் பண்ணி வச்சி யாகமும் பண்ணப்போறாங்க. தலக்கட்டுக்கு (குடும்பத்துக்கு) ஐந்நூறு ரூபா வரி கொடுக்கணும். கொடுக்க முடியாம முழி பிதுங்கி நிக்கேன்"

அலைபேசி சிணுங்கியது. மனைவிதான். சக்திவேல் அணைத்து விட்டுக் கோபமானான்.

"சரிம்மா. அது உங்க பிரச்சனை. லோன் எப்பக் கட்டப்போறீங்க?"

"மழை வரிக்கும் பொங்கச் செலவுக்கும் சேத்து ஒருத்தர் கிட்ட பணம் கேட்டிருக்கேன். பத்து வட்டி சொல்றார். மாசம் ஒண்ணாந் தேதியில கரக்டா வட்டியக் கட்டாட்டா சந்தி சிரிக்க வச்சிருவாரு. அவர்கிட்ட கடன் வாங்கத்தான் கிளம்பிக்கிட்டிருக்கேன்".

காளீஸ்வரி பேசிப்பேசி நேரத்தை வீணாக்கிவிட்டாள். மணி நாலரை தாண்டிவிட்டது.

'மழை பெய்யிறது இயற்கையா நடக்கிற விசயம். கழுதைக்குக் கல்யாணம் பண்ணினா மழை வருமா? இதுக்கு ஆடம்பரச் செலவு வேற. இவங்கள திருத்தவே முடியாது'. மனதில் நினைத்துக் கொண்டு, "ஏம்மா பேங்க்ல குறைஞ்ச வட்டி லோனுக்கு மாசக்கணக்கா பணம் கட்ட மாட்டீங்க. ஆனா கந்துவட்டி மீட்டர் வட்டிக்குனா கரெக்டா பணம் கட்டுவீங்களோ?"

"சார் நல்ல நாள் அதுவுமா கோபப்படாதீங்க. இந்தாங்க முறுக்கு சாப்பிடுங்க. அடுத்த மாசம் கண்டிப்பா பணம் கட்டுறேன் சார். பால் சொசைட்டில லோன் கேட்டிருக்கேன். தரேன்னு சொல்லியிருக்காங்க." குழுத் தலைவி மன்றாடிக் கேட்டுக் கொண்டாள்.

சக்திவேலால் ஒன்றும் செய்யமுடியவில்லை. இருசக்கர வாகனத்தில் கிளம்பிவிட்டான். வங்கியில் மேலாளரிடம் நடந்ததை விவரிக்க முயன்றான்.

"அது இதுன்னு காரணமெல்லாம் சொல்லாதீங்க. பணம் வசூலிக்க முடியல. அதுதான விசயம்?" கடிந்து கொண்டார்.

மாலை நேர ரயிலையும் தவறவிட்டுவிட்டான் சக்திவேல். அவன் கால்கள் வேகமாக பேருந்து நிலையம் நோக்கி நடந்தாலும் சிந்தனை முழுவதும் வீட்டில் மனைவியைச் சமாளிப்பது எப்படி என்பதில்தான் நிறைந்திருந்தது.

ஏலம்

அந்த ஏல அறிவிப்பு தண்டோரா மூலம் அறிவிக்கப்பட்டது. அந்தக் கிராம மக்களுக்கு வழக்கம்போல் பீதி ஏற்பட்டுவிட்டது. ஏலத்தை எடுக்க இரண்டு பெரிய பண முதலைகளான இராஜேந்திர பாண்டியன் என்ற இராஜேந்திரனுக்கும் சண்முகப் பாண்டியன் என்ற சண்முகத்திற்கும் இடையே போட்டி வந்துவிடுமோ என்று அஞ்சினர். அவர்கள் அஞ்சியது போலவே போட்டி உண்டாயிற்று.

இராஜேந்திரனும் சண்முகமும் அவ்வூரில் பரம எதிரிகள், எந்த விசயமாக அல்லது விவகாரமாக இருந்தாலும் அவர்களுக்கு இடையே போட்டி ஏறபடுவது வழக்கம். அதனால் அவ்வூரில் கலவரம் கூட ஏற்பட்டதுண்டு. இந்த ஏலத்தை எவ்வளவு பணம் கொடுத்தாவது எடுத்துவிட வேண்டும்என்று இருவரும் முனைப்புடன் செயல்பட்டனர்.

உளருக்கு மத்தியில் ஆலமரத்தடியில் உள்ள பஞ்சாயத்துத் திண்ணை. மக்கள் பெருந்திரளாகக் கூடியிருந்தனர். ஏலம் ஆரம்பிக்கப்பட்டது. முதலில் ஒரு லட்சத்திலிருந்து தொடங்கப்பட்டது. சண்முகமும் இராஜேந்திரனும்மாறிமாறிகேட்டுக்கொண்டேயிருந்தனர்.ஏலம்பத்து லட்சத்தைத் தாண்டிவிட்டது.இருவரும்விட்டுக்கொடுக்கத் தயாராக இல்லை. பரபரப்பான சூழ்நிலை உருவானது. கடந்த முறை ஐந்து ஆண்டுகளுக்கு முன்பு இதுபோல ஏலத்தை சண்முகம் எடுத்திருந்தார்.

எனவே தற்போது இராஜேந்திரன் ஏலத்தை எடுத்து விடுவது என்று மிகவும் தீவிரமாக இருந்தார். இருப்பினும் சண்முகம் இரண்டாவது முறையாக எடுத்துவிடத் தீர்மானித்தார்.

இருவரின் அடியாட்களும் வேலைக்காரர்களும் எதிரெதிரே அமர்ந்து ஒருவரையொருவர் முறைத்துக் கொண்டிருந்தனர். இந்த ஏலம் பத்து லட்சத்திற்கும் மேல் போய்க் கொண்டிருப்பதை அதிசயத்துடன் பொதுமக்கள் வேடிக்கை பார்த்தனர்.

ஒரு கட்டத்தில் சண்முகம் பதிமூன்று லட்சத்திற்குக் கேட்டார். இராஜேந்திரன் பதிமூன்று லட்சத்து ஐம்பாதாயிரம் என்றார். இப்படியே கூடிக்கொண்டுபோய் சண்முகம் 14 லட்சத்து 75 ஆயிரம் என்றார். இராஜேந்திரன் 15 லட்சத்திற்கு கேட்டுவிட்டார். பெரும் சர்ச்சைக்கு இடையில் ஏலம் இராஜேந்திரனுக்கு முடிவானது.

இது மிக மிக அதிகமான தொகைதான். சண்முகம் ஆவேசமானார். அடியாட்கள் ஒருவரையொருவர் கெட்டவார்த்தைகளால் திட்ட

ஆரம்பித்தனர். கலவரம் மூளும் அபாயம் ஏற்பட்டது. ஊர் நாட்டாமை இருவரையும் சமாதானமாகப் போய்விடுமாறு கேட்டுக் கொண்டார். இருவரும் கேட்கவில்லை. மீண்டும் பிரச்சனை ஆரம்பமானது.

இவ்வாறு இதுவரை நடந்து கொண்டிருப்பது பஞ்சாயத்துத் தலைவர் பதவிக்கான ஏலம்தான். அந்தக் கிராமத்தில் பஞ்சாயத்துத் தேர்தல் வரும்போது ஒவ்வொரு முறையும் இவ்வாறு ஏலம் விட்டு யார் அதிகத் தொகைக்கு ஏலம் கேட்கிறார்களோ அவரை அப்பதவிக்குத் தேர்ந்தெடுப்பது வழக்கம். இதற்கு மக்கள் அனைவரும் ஒரு மனதாக சத்தியம் செய்து சம்மதம் தெரிவிப்பர். தேர்தல் நடப்பதில்லை. ஏலப் பணம் ஊரிலுள்ள நல்ல காரியங்களுக்கு செலவிடப்படும்.

இந்த முறை ஏலத்தை இழந்த சண்முகம் அவமானப்படுத்தப் பட்டதாக நினைத்தார். அடுத்து ஏதாவது ஏலம் உள்ளதா என யோசிக்கத் தொடங்கினார். ஆம்! அவருக்குப் பொறி தட்டிவிட்டது. இன்னும் நான்கு மாதம் கழித்து அவ்வூர் மேல்நிலைப்பள்ளியின் இயற்பியல் ஆசிரியர் ஓய்வு பெறுவது ஞாபகம் வந்துவிட்டது.

அந்த வேலைக்கு இப்போதே ஏலம்விட வேண்டும் என்று நாட்டாமையை வற்புறுத்தினார். அந்த வேலையை தகுதியுள்ள தனது மகனுக்கு வாங்கிவிட தீவிரமாக முனைந்தார். நாட்டாமை பொது மக்களிடத்தில் அபிப்பிராயம் கேட்டார்.

இராஜேந்திரனும் சம்மதம் தெரிவிக்கவே பொதுமக்களும் வேறுவழியின்றி ஏலத்திற்கு இசைந்தனர். ஆனால் இராஜேந்திரன் தனது மகளுக்கு எத்தனை லட்சம் செலவு செய்தாவது இவ்வேலையை வாங்க நினைத்தார்.

மீண்டும் போட்டி ஆரம்பமாகி விட்டது மணிக்கணக்கில் பஞ்சாயத்து கூடியதில் அனைவரும்மீண்டும்பயந்தனர். பரபரப்பானது கூட்டம், நாட்டாமை அனைவரையும் அனுமதி காக்க வேண்டினார். இராஜேந்திரனையும், சண்முகத்தையும் சமாதானமாகுமாறு மீண்டும் ஒருமுறை கேட்டுக் கொண்டார். அவர்கள் அதற்கு சம்மதிப்பதாகத் தெரியவில்லை. தமது சாதிக்குள்ளே ஒற்றுமையாக இருக்குமாறு மீண்டும் வலியுறுத்திக் கூறினார் நாட்டாமை.

இதுவரை நடந்த சம்பவங்கள் அனைத்தையும் அக்கூட்டத்தில் இரு இளவயதினர் உன்னிப்பாகக் கவனித்துக் கொண்டிருந்தனர். அவர்கள் வேறு யாருமல்ல, சண்முகத்தின் ஒரே மகன் இராம்நவீன் என்ற நவீனும் இராஜேந்திரனின் ஒரே மகள் தெய்வீகமாகவும்தான் அவர்கள். நவீனும் தெய்வீகாவும் அவ்வூரிலுள்ள பள்ளிக்கூடத்திலும்

பின்னர் மதுரையில் கல்லூரியிலும் ஒன்றாகப் படித்தவர்கள். இருவரும் இயற்பியல் முதுநிலைப் பட்டமும் பி.எட்.படிப்பும் முடித்திருந்தனர். புரட்சிகர சிந்தனையாளர்கள், அவர்கள் இருவரும் காதலர்கள் என்பதை ஒரு நிமிடத்திற்கு முன்புதான் அவர்கள் மனது தீர்மானித்தது. அங்கு எவ்வளவு பரபரப்பு நடந்து கொண்டிருந்த போதிலும் மனத்தின் வழியாக காதலைப் பரிமாறிக் கொண்டிருந்தனர். கூட்டத்தில் மீண்டும் பிரச்சினை ஏற்படவே இருவரும் கூட்டத்திற்கு முன்பு வந்தனர்.

முதலில் தெய்வீகா தான் ஆரம்பித்தாள். "ஒரு ஜனநாயக நாட்டில் பதவியை ஏலம் விட்டு பணம் பெறுவது இங்கதான் நடக்குதுன்னு நினைக்கிறேன். இதுல சண்ட வேற இது தேவையில்லனு எனக்குத் தோணுது" என்றாள்.

நவீன கூட்டத்தை நோக்கி "தெய்வீகா சொல்வது சரிதான். ஏலம் நடக்கிறது கூட தப்பில்ல, இந்தக் காலத்துல ஆசிரியர் பணிக்கு வருவதற்கு மந்திரி மற்றும் பெரிய அதிகாரிகளைப் பார்த்து லட்சகணக்கில் பணம் கொடுப்பதற்குப் பதிலாக நமது ஊரில் நல்ல காரியங்களுக்குப் பயன்படுத்துறது நல்லது தான். அதுபோல ஊராட்சித் தலைவர் பதவிக்கு வந்தா பிரச்சாரம், போஸ்டர், தண்ணி, பிராந்தி, பிரியாணினு தேர்தல்ல நிக்கிறவங்களுக்கும் வாக்குச்சீட்டு, காவல், அதிகாரிகள், உதவியாளர்கள் அப்படி இப்படினு அரசாங்கத்துக்கும் லட்சக்கணக்கில் பணம் வீணாகிறது.

இந்தப் பணத்தை நம்ம ஊரில் குடிநீர்த் தொட்டி அமைத்தல் பள்ளிக்கூடத்திற்கு கட்டிடங்கள் கட்டுதல் போன்ற நல்ல காரியங்களுக்கு செலவு செய்யறது சரிதான். ஏன்னா நம்மள மாதிரி நகரத்திலிருந்து ரொம்ப தூரமாக இருக்கும் கிராமங்களுக்கு அரசு அறிவிக்கும் நலத்திட்டங்கள் முழுமையாகக் கிடைப்பதில்லை. இந்த மாதிரி ஏலம் விட்டு கிடைச்ச பணத்தை பயன்படுத்தித்தான் உண்டு. ஆனால், இந்த ஏலம் சண்டையில்லாம ஒருவருக்கொருவர் விட்டுக் கொடுத்து ஒரு மனதாக இருந்தா ரொம்ப நல்லாயிருக்கும்" என்றான்.

மேலும், "இந்த ஏலத்துல 15 லட்சம் வரல் கொடுக்கத் தயார்னா அந்தப் பணம் எந்த வழியில சம்பாதிச்சது, எந்த நோக்கத்திற்காக கொடுக்கிறாங்க என்ற இரண்டுமே நல்லதுக்குன்னா எங்களுக்கு ரொம்ப சந்தோசமே" என்றான். முடிவா நீங்க என்னதான் சொல்ல வர்றீங்க தம்பி என்றார், ஒரு முதியவர்.

இப்போது தெய்வீகா பஞ்சாயத்துத் தலைவர் பதவியை எங்கப்பா ஏலத்தில் எடுத்திட்டால ஆசிரியர் பதவியை நவீனுக்கு விட்டுடர எனக்கு சம்மதம் என்று கூறிவிட்டு அப்பாவை நோக்கி.. அப்பா அவுங்க

கூட சமாதானமாயிருங்கப்பா, ஊருக்குள்ள பிரச்சினையில்லாம இருக்கலாம்ல என்று கெஞ்சிக் கேட்டாள். ஆனால், இராேஜ

ஐந்திரன் இதற்கு துளிகூட இணங்கவில்லை. எனவே, நவீன், தெய்வீகா இருவரும் ஒன்றாக நாங்க சின்னவங்க, ஒரு யோசனை சொன்னா தப்பா எடுத்துக்க மாட்டீங்கன்னு நம்புறோம்.

நம்ம ஊர் ஒற்றுமைக்காகவும், எங்க பெற்றோர் சமாதானம் ஆகுவதற்காகவும் நாங்க ரெண்டு பேரும் கல்யாணம் பண்ணிக்க முழு மனதோடு சம்மதிக்கின்றோம். இதற்கு எங்க அப்பா அம்மாவும் ஊர்ப் பெரியவர்களும் ஒரு மனதாக ஆதரவு தர வேண்டுகிறோம் என்றனர்.

நவீன் தொடர்ந்தான், "தெய்வீகா அப்பா சம்மதித்தால் ஊராட்சித் தலைவர் பதவியை தெய்வீகா ஏற்றுக்கொள்ளட்டும் நான் ஆசிரியர் பணியை ஏற்றுக்கொள்கிறேன். எங்கப்பாவும் 15 லட்சம் தரத் தயார் நானும் தெய்வீகாவும் நம்ம ஊருக்கு நல்லது செய்ய உண்மையாக விரும்புகிறோம் உங்கள் ஆசீர்வாதம் வேணும்" என்றான்.

மேலும், "இப்பவே 30 லட்சம் சேர்ந்திருச்சு, நம்ம சுற்று வட்டாரத்தில் நல்ல கல்லூரி இதுவரை கட்டப்படல நம்ம ஊரைச் சுற்றியுள்ள ப்ரும்பாலன் ஏழை மாணவர்கள் கல்லூரிக்குச் செல்ல வெகுதொலைவு செல்ல வேண்டியுள்ளது. நம்ம சமூகத்தில் இன்னும் பணம் வசூல் செய்து நம்ம ஊரிலேயே ஒரு கல்லூரி தொடங்கலாம்னு எங்க அபிப்பராயம். பெரியவங்களுக்கு வயசாகிக்கிட்டே வருது. இன்னும் எத்தனை வருசம் தான் வீச்சரிவாள், கம்பு, ஈட்டினு நமக்குள்ள அடிச்சிட்டு இருக்க முடியும்.

இந்த வீரத்தை ஏழை எளியவர்களுக்கு கல்வி புகட்டுவதில் காட்டலாம். முதல்ல நம்ம கிராமத்தையும் பின்னர் நமது வட்டம், மாவட்டம் முழுவதையும் நூறு சதவீதம் கல்வியறிவு பெறச் செய்ய வேண்டும். இதுவே எங்கள் நோக்கம்" என்றான் நவீன்.

ஊர்ப்பொதுமக்கள் அமைதியாகக் கேட்டுக்கொண்டிருந்தனர். இராேஜ

ஐந்திரனும் சண்முகமும் லேசாக முறைத்தவாறு அருகருகே வந்தனர். அடுத்து நடந்த காட்சிகளை மக்கள் வியப்புடன் கண்டுகளித்தனர். இராேஜேந்திரனும் சண்முகமும் கட்டித்தழுவி ஆனந்தக் கண்ணீரால் சம்மதம் தெரிவித்தனர்.

அவர்கள் இருவரும் "கல்லூரி என்னப்பா, நம்ம ஊரில பல்கலைக்கழகம் கூட தொடங்குங்க நம்ம பயலுகளும் படிச்சி முன்னேரட்டும் எங்களுக்கு பூரண சம்மதமே இன்னும் எவ்வளவு பணம் வேணும்னாலும் தர்றோம்" என்றனர்.

முதிர்பயணம்

பொன்மணி கோபத்தின் உச்சிக்கே சென்றுவிட்டாள்.

"இனிமே எனக்குக் கல்யாணமே வேண்டாம். யாராவது பொண்ணு பாக்கன்னு வந்தா அப்புறம் நடக்கிறதே வேற" - பத்திரகாளியாய் ஆவேசமானாள்.

"அண்ணனுக்கு மட்டும் அவனுக்குச் சரிசமமா இஞ்சினியர் பொண்ண பாத்துக் கட்டிவச்சீங்க. எனக்கு எம்படிப்புக்கு ஈக்குவலா எம். டெக் படிச்ச மாப்பிள்ளையா நான் கேக்கிறேன்? ஒரு பி.இ. படிச்சிருந்தா நல்லதுன்னுதான் சொல்றேன்"

"பையனுக்கு என்ன குறைச்சல்? டிப்ளமோ முடிச்சிருக்கார். மில்லில் சூப்பர் வைசர் வேல. வயசுதான் கொஞ்சம் அதிகம். உனக்கும் வயசு ஏறிக்கிட்டே போகுதில்ல..." தந்தை தில்லையப்பன் இந்த வாய்ப்பாவது கைகூடாதா என்ற ஆதங்கத்தில் பேசினார்.

"உன்னய எம்.டெக் படின்னு நாங்க சொன்னோமா?... உன் சம்பாத்தியத்தில நீயே படிச்ச. நாங்க சொல்றத கேக்கமாட்டேங்கிற"- தாய் மகாலட்சுமியும் சமாதானப்படுத்த முயன்றாள்.

"நீங்க சொன்னபடி கேட்டுத்தான் இப்படியிருக்கேன். நான் சொன்னத நீங்க கேட்டிருந்தீங்கன்னா எனக்கும் செல்வி அக்காவுக்கும் கல்யாணம் எப்பவோ முடிஞ்சிருக்கும். இப்ப பிரச்சனையும் இல்ல. பத்து வருசத்துக்கு முந்தியே நான் சொன்னேன். எங்க ரெண்டு பேருக்கும் முடிச்ச பிறகு அண்ணனுக்கு முடிங்கன்னு. கேட்டீங்களா? எட்மாஸ்டர் பொண்ணு, நூறு பவுன்னனதும் பல்ல இளிச்சிக்கிட்டு அவனுக்கு இருபத்தாறு வயசில கல்யாணம் செஞ்சிவச்சீங்க. அதப்போல எங்களுக்கும் காலகாலத்தில கல்யாணம் பண்ணிக்கொடுத்திருக்காமல.."

"அவனுக்கு பொண்ணு தேடி வந்திச்சி. உடனே முடிச்சிட்டோம்"

"சரி முடிச்சீங்க. அவன் சம்பாதிச்சி ஒருரூபாயாவது கொடுத்தானா? செல்வியக்கா பத்து வருசம் சம்பாதிச்சிக் கொடுத்தா.. அத வச்சே அவ கல்யாணத்த முடிச்சிட்டீங்க.. அதுக்குக் கூட அண்ணன் பணமே தரல. சிவில் இஞ்சினியர் படிச்ச அக்காவுக்கு கொஞ்சம் பவுன்னுக்குச் சம்மதிச்ச +2 படிச்சவனுக்கு கட்டி வச்சீங்க. அக்காவுக்கு நடந்தது மாதிரி இப்படி வற்றவன எந்தலயில கட்டப் பாக்காதீங்க. நானும் பத்து வருசம் சம்பாதிச்சத எல்லாம் உங்ககிட்ட கொடுத்திருக்கேன்"

"அதான் வந்தவர் 40 பவனுக்குச் சரிங்கிறார்ல. இருக்கிற பணத்த வச்சி நல்லபடியா கல்யாணத்த முடிக்கலாம்"

"நான் சம்பாதிச்சதில இன்னும் நகை வாங்கியிருக்கீங்கள்ல. அதயும் சேத்து எனக்கு இஞ்சினியர் மாப்பிள்ளையா பாருங்க"

"இன்னும் ஒருத்தி அதான் உன் தங்கச்சி இருக்காள்ல. அவளையும் கரையேத்தணும்ல. இப்பெல்லாம் கல்யாணம் நடத்திறது சாதாரண விசயமில்ல. வீட்ட க்கட்டிப்பார் கல்யாணம் பண்ணிப்பாரு பெரியவங்க சும்மாவா சொன்னாங்க? நம்ம கிராமத்திலேயே நகை போக ரெண்டு மூணு லட்சம் ஆகுது"- தில்லையப்பன் கணக்காகப் பேசினார்.

"வளவளனு பேசாதீங்க. பேச்சையும் மாத்தாதீங்க. நான் சம்பாதிச்சது முழுசும் எனக்கு வேணும். இல்லேன்னா கல்யாணமே வேணாம்"- பொன்மணி உறுதியாகக் கூறிவிட்டாள்.

தில்லையப்பனுக்கு ஒரே கவலையாயிருந்தது. மகளைப் பார்த்து விட்டுச் சென்றவர்கள் ஐந்து நாளாகியும் பதில் எதுவும் சொல்லவில்லை. அலைபேசியில் பல தடவை முயன்றும் அழைப்பு துண்டிக்கப்பட்டது.

இதுவரை நிறைய பேர்களைப் பார்த்திருப்பார். எதுவும் தகையவில்லை. அதிகம் படித்திருந்தால் வரதட்சணை அதிகம் எதிர்பார்க்கிறார்கள். பவுனைக் குறைத்தால் பையனின் படிப்பும் வேலையும் கம்மி. இதுதான் இன்றைய திருமண வியாபாரத்தின் நடைமுறையாகிவிட்டதோ?

தில்லையப்பனுக்கு விவசாயம்தான் முழுநேரத் தொழில். இருக்கின்ற ஒன்றரை ஏக்கர் வயலுடன் வறட்சி, வேலையாள் திண்டாட்டம், குறைந்த விளைபொருள் விலை என ஏகப்பட்ட விவசாயப் பிரச்சனைகளோடு மல்லுக்கட்டி வருகிறார். கிடைத்த சொற்ப வருமானத்தில் சொந்த வீடு கட்டி ஐந்து பிள்ளைகளையும் படிக்க வைத்ததே பெரும்பாடு.

மூத்த ஒரே மகன் சிவராமன் கணினிப் பொறியியல் முடித்து பெங்களூருவில் வாழ்க்கையை அமைத்துக்கொண்டான். அடுத்தது மகள் இளங்கலைப் பொருளாதாரம் முடித்து கூடவே தட்டச்சும் படித்திருந்தும் தையல்காரனிடம் தள்ளப்பட்டாள். இரண்டாவது மகள் முத்துலட்சுமியும் பொறியியல் படித்திருந்தாலும் குறைந்த செலவிலேயே திருமணம் முடித்து வைக்கப்பட்டாள்.

அடுத்தது தான் பொன்மணி. பெயரில்தான் பொன்னும் மணியும் இருக்கிறதே தவிர வாழ்வில் எந்த மினுமினுப்பும் இல்லை. பனிரெண்டாம் வகுப்பில் அண்ணனைவிட அதிக மதிப்பெண் எடுத்தபோதே தடை ஆரம்பமானது.

"அஞ்சி பொம்பள பிள்ளயப் பெத்தா அரசனும் ஆண்டியாவான்னு சொல்லுவாங்க. நான் இதுவரை மூணு பேரையும் படிக்க வச்சிருக்கேன். இதுக்கு மேல சக்தி இல்ல. தை</u>யல் மிசின் வாங்கித்தாரேன். மூத்தவ மாதிரி பிழைச்சிக்கோ"

பெற்றோரின் பேச்சு முள்ளாய்த் தைத்தது. பொன்மணிக்கு மனசு தாங்கவில்லை. ஆணுக்கு ஒரு நியதி. பெண்ணுக்கு ஒரு நியதியா? அண்ணனைப் போல் படிக்க பிரியப்பட்டாள். இப்போது பின்வாங்கினால் வாழ்க்கையில் எப்போதும் முன்னேற முடியாது என எண்ணினாள். தன்னைக் காரணம்காட்டி அடுத்து தங்கையின் படிப்பையும் பாழாக்கிவிடுவார்கள் என கவலைப்பட்டாள். உள்ளத்தில் உறுதியானாள்.

"மெரிட்ல சீட் கிடைச்சா படிக்கவையுங்க. அப்படியில்லைனா உங்களுக்கு பொன்மணினு ஒரு பொண்ணு பிறக்கலனு நினைச்சிக்கோங்க. அப்புறம் நான் என்ன செய்வேன்னு எனக்கே தெரியாது" திடமாகக் கூறிவிட்டாள்.

அவளது நம்பிக்கை வீண்போகவில்லை. அதிக மதிப்பெண்ணிற்கேற்ப அரசுப் பொறியியல் கல்லூரியில் இடம் கிடைத்துவிட்டது. குறைந்த செலவானதால் பெற்றோருக்கு ஏகப்பட்ட மகிழ்ச்சி.

அடுத்து மேற்படிப்புக்கு விரும்பினாலும் ஈடேறவில்லை. தனியார் பொறியியல் கல்லூரியில் விரிவுரையாளராகப் பணியைத் தொடங்கினாள். கிடைத்த வருமானத்தில் தங்கையின் படிப்புக்கும் பண உதவி செய்தாள். பணி செய்யும்போதே அதே கல்லூரியில் எம்.டெக் படிப்பை யும் முடித்துவிட்டாள். சம்பாதித்த பணம் முழுவதும் தந்தையிடமே கொடுத்துவைத்தாள்.

பொன்மணியின் வாழ்க்கைப் பயணத்தில் மீண்டும் ஒரு சோதனை தலைதூக்கியது. அதிக சம்பளம் தர வேண்டியிருந்ததால் பத்து வருசப் பணியிலிருந்த பொன்மணியை கல்லூரியிலிருந்து நீக்கிவிட்டு குறைந்த சம்பளத்தில் தகுதியற்ற நிர்வாகத்தின் உறவினர் ஒருவரை நியமித்துவிட்டனர்.

பொன்மணி விடாமுயற்சியோடு போராடி மற்றொரு கல்லூரியில் விரிவுரையாளராகச் சேர்ந்துவிட்டாள். பெண் பார்க்க வருபவர்கள் அதிக வரதட்சணையோடு படிப்பு, வேலை, சம்பளம் என அதித எதிர்பார்ப்போடு வியாபாரிகளாய் வருகின்றனர்.

நேற்று தன்னைப் பெண்பார்க்க வந்தவர் டிப்ளமோ முடிச்சிருக்கார். மில்லில் சூப்பர்வைசர் வேல. வயசும் 37 கடந்துவிட்டதாம். ஒரு வாரம் பிடிகொடுக்காமல் நழுவிய பையனின் தாயார் முன்வந்து,

"பொன்மணிய பிடிச்சிருக்கு. அதிகம் படிச்சிருக்கா. சம்பாதிக்கவும் செய்யுறா. ஆனா வயசுதான் 33 ஆகுது. உங்க கடைசிப் பொண்ணும் இஞ்சினியர்தானாம்ல. அவளும் சம்பாதிக்கிறாளாம்ல. என்ன வயசாகுது?"

"29 நடக்குது" - தில்லையப்பன் பவ்யமாய் பதிலளித்தார்.

"நாங்க கேட்ட 40 பவுனு வேண்டாம். 30 போதும். பையன் ஆசைப்படுறான்.. கடைசிப் பொண்ண எம் பையனுக்கு முடிச்சிறலாமா?"

ஏதாவது ஒரு பொண்ணுக்கு திருமணம் நடந்தால் சரி என தில்லையப்பனும் சம்மதித்துவிட்டார். 25 பவுனில் வியாபாரம் படிந்தது. தனக்காக வைத்திருந்த நகையின் பெரும்பகுதி தங்கைக்குச் சென்றுவிட்டதையும் பொறுத்துக்கொண்டாள் பொன்மணி. அவளிடம் இனி இழப்பதற்கு ஒன்றுமில்லை - நம்பிக்கையைத் தவிர.

மீண்டும் மாப்பிள்ளை தேடும் படலம் தொடர்ந்தது. சில தினங்களுக்கு முன்பு தரகர் தந்தையிடம் சொன்னது மனதில் ரீங்காரமிட்டு அலைக்கழித்தது.

"பையன் பாக்க லட்சணமா இருப்பான். சென்னையில மெடிக்கல் ரெப் வேலை. டூ வீலர்ல மருந்துக் கடைகளுக்கு மாத்திரை கொடுக்கப்போய் வந்துக்கிட்டு இருக்கான். சம்பளம் பரவாயில்லை. சொந்த ஊர் நம்ம மதுரைப் பக்கம்தான்"

தேடி வர்ற சம்பந்தத்தை விட்டுவிட மனசில்லாமல்,

"பையனோட வயசு எத்தனைனு சொல்லுங்களேன்"

"40 பக்கம் ஆகுது. இந்தாங்க போட்டோவும் சாதகமும். 20 பவுனும் செலவுக்கு 50 ஆயிரமும் கொடுத்தா போதுமாம். கடைசியா ஒண்ணு சொல்லிட்டுக் கிளம்புறேன். பொம்பளப் பிள்ளய வீட்டிலேயே வச்சிருக்கற நல்லாவா இருக்குது? காலகாலத்தில் தள்ளிவிட வேண்டாமா? யோசிச்சி நல்ல பதிலா சொல்லுங்கண்ணே"

நிழற்படத்தையும் சாதகத்தையும் கண்ட பொன்மணி இரண்டு அதிர்ச்சிகளால் இறுகிப் போனாள். ஒன்று பையனுக்கு (?) வயது 43 தாண்டிவிட்டது. மற்றொன்று ஆள் நிறமாக இருந்தாலும் பாதிக்குமேல் வழுக்கை விழுந்து தலை விளையாட்டு மைதானமாய் இருந்தது.

'உன்னயக் கரையேத்தலனு ஊர்ல எங்களைத்தான் தப்பா பேசுறாங்க. இதுவரை 10 பேருக்கு மேல் வந்து பார்த்திருப்பாங்க. இந்த வாய்ப்ப விட்டுறாத. கையில கொஞ்சம் நகக இருக்கு. அரை ஏக்கர் வயலை ஒத்தி (அடமானம்) வச்சி அவுங்க கேட்ட பணத்தை கொடுத்தரலாம். கல்யாணத்த நல்லபடியா முடிச்சிறலாம். நான்

சொல்ல வேண்டியத சொல்லிட்டேன். நீதான் முடிவு பண்ணிச் சொல்லு" - பெத்தவள் கண்ணீர் வடித்து பொன்மணியின் சம்மதத்தை எதிர்நோக்குகிறாள்.

"உன்னய இவ்வளவு தூரம் படிக்க வச்சது தப்பாப்போச்சி. நாலு பிள்ளயக் கட்டிக்கொடுக்க இவ்வளவு கஷ்டப்பட்டதில்ல. எங்களுக்கும் வயசாகிக்கிட்டே போகுது. இதுக்குமேல எங்களால ஒண்ணுஞ் செய்ய முடியாது" - தந்தையும் தன் பங்குக்கு மறைமுகமாக மிரட்டினார்.

பொன்மணிக்கு என்ன செய்வதென்றே புரியவில்லை. இழந்த இழப்புகள் அவளைப் பார்த்துக் கைகொட்டிச் சிரிப்பதாக உணர்ந்தாள். இப்போது வந்திருப்பவரும் தன்னைவிட அதிகமாகவே குடும்பத்திற்காக உழைத்துவிட்டு தனக்கென்று எதுவுமில்லாமல் தன்னைப்போல் தனிமரமாய் நிற்கிறாராம்.

பொன்மணியின் பதிலுக்காக அனைவரும் காத்திருக்கிறார்கள். வேறுவழியின்றி, "உங்க இஷ்டப்படி செய்யுங்க" என்று கூறிவிட்டாள். பெற்றோருக்கு ஆச்சரியம் தாங்க முடியவில்லை. அனைத்தும் முடிந்துவிட்டன. சம்பிரதாயங்கள் கடந்துபோயின. திருமணத்திற்குப் பிந்தைய ஐந்தாம் நாள். சென்னைக்குப் புறப்பட வேண்டிய நாள். தேவையானவற்றை எடுத்து இருசக்கர வாகனத்தில் கட்டிக்கொண்டிருந்தான் பொன்மணியின் கணவன்.

"ஏங்க நாம உண்மையிலேயே இந்த டூவீலர்லதான் சென்னைக்குப் போறோமா? அப்ப சொன்னபோது ஏதோ சும்மானு நினைச்சேன்" ஆச்சரியம் தாங்காமல் கேட்டாள்.

"இங்கயிருந்து சென்னை 500 கிலோமீட்டர் இருக்கும். சென்னையில சில நேரங்கள்ல ஒரு நாளைக்கு டூவீலர்ல 250 கிலோ மீட்டருக்கு மேல் கத்தியிருக்கேன். அதைப்போல ரெண்டு மடங்குதான். ரெண்டு மூணு தடவ சென்னையிலிருந்து இங்க டூவீலர்லேயே வந்திருக்கேன். தைரியமா வா"

"எங்க ஓனர்கிட்ட சொல்லியிருக்கேன். நம்ம வாடகை வீட்டுக்குப் பக்கத்தில ஒரு பிரைவேட் இஞ்சினியரிங் காலேஜ் இருக்கு. கொஞ்ச நாள்ல அதில உனக்கு லெக்சரர் வேலை கிடைச்சிரும். எனக்கும் இன்னும் ரெண்டு மாசத்தில புரமோசன் கிடைக்கப்போகுது. எல்லாம் நல்லபடியா நடக்கும்" என அவன் மேலும் தொடர்ந்த நம்பிக்கை வார்த்தைகள் பொன்மணியை மேலும் வலுப்படுத்தின.

வாழ்க்கையின் அடுத்த கட்ட புதிய அனுபவப் பயணத்தில் பயணிக்கத் தயாரானாள் பொன்மணி.

9 789388 126748